कृत्रिम बुद्धिमत्ता आणि यंत्रमानव

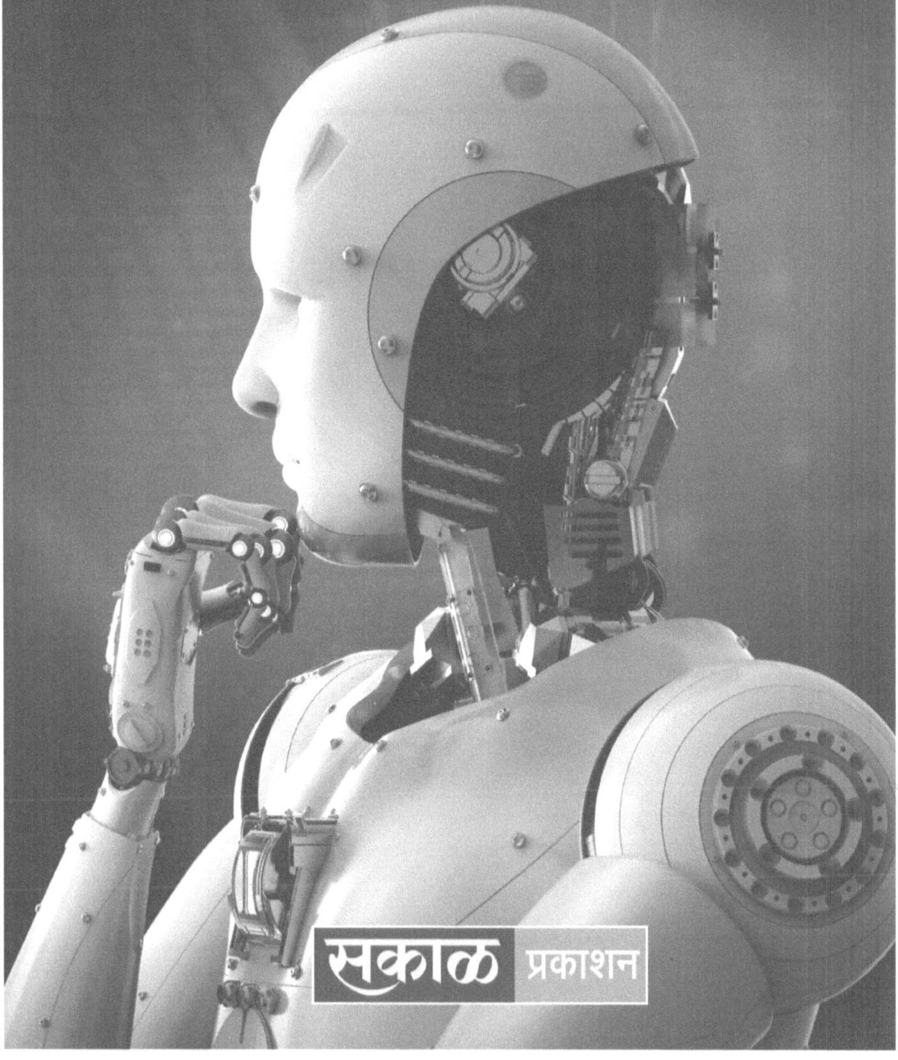

सकाळ प्रकाशन

कृत्रिम बुद्धिमत्ता आणि यंत्रमानव

अतुल कहाते

सकाळ प्रकाशन

सकाळ प्रकाशन

Krutrim Buddhimatta Aani Yantramanav

© Atul Kahate

कृत्रिम बुद्धिमत्ता आणि यंत्रमानव

लेखक : अतुल कहाते

प्रथम आवृत्ती : नोव्हेंबर २०१८

मुखपृष्ठ : शिवदास मोरे

अक्षरजुळणी व मांडणी : संदीप घावरे, पुणे

प्रकाशक : सकाळ मीडिया प्रा. लि.
५९५, बुधवार पेठ, पुणे ४११ ००२

ISBN : 978-93-87408-50-0

संपर्क : ०२०-२४४० ५६७८ / ८८८८८ ४९०५०
sakalprakashan@esakal.com

अत्यंत जिवाभावाचे असलेले

नरेंद्र लिमये

आणि

स्मिता लिमये

यांना

मनोगत

उद्याचं जग नक्की कसं असेल, याविषयी आपल्या सगळ्यांच्याच मनात विलक्षण कुतूहल असतं. या नव्या जगात आपल्या दैनंदिन आयुष्यात काय नव्या घडामोडी घडतील, याविषयी आपण अधूनमधून वाचतो. निरनिराळ्या विषयांमधले तज्ज्ञ आणि अभ्यासक त्यासंबंधीच्या अनेक शक्यता वर्तवत असतात. या शक्यता तसंच वेगवेगळ्या प्रकारची भाकितं हे सगळंच सुखावणारं असतं, असंही नाही. यामधल्या काही गोष्टी आपल्याला घाबरवून सोडणाऱ्याही असतात. अनेक जणांना आपली नोकरी उद्याच्या जगात शाबूत राहील का, याची चिंता असते. आपल्या मुलांना नक्की कोणत्या क्षेत्रांमध्ये संधी उपलब्ध असतील या विचारांनी अनेकांची झोप उडते. 'आयटीला स्कोप असेल का?' अशांसारख्या असंख्य प्रश्नांची सरबत्ती समुपदेशकांवर होते.

एकीकडे उद्याचं जग भन्नाट वाटतं तर दुसरीकडे ते काळजीचा विषयही ठरतं. या सगळ्यामधला समान धागा बदलांचा असतो. जो बदलांना सामोरं जाण्याची धडाडी दाखवेल, तोच या लाटेत टिकून राहू शकेल हे मात्र सगळीकडे सातत्यानं सांगितलं जातं. काळाच्या ओघात होणारे बदल जे स्वीकारू शकणार नाहीत, त्यांचं मात्र काही खरं नाही असं सगळेच जण म्हणत राहतात. सुप्रसिद्ध लेखक एच. जी. वेल्स यानं आपल्या १९२२ मधील 'अ शॉर्ट हिस्ट्री ऑफ द वर्ल्ड' या पुस्तकात याविषयी भाष्य करावं यातच सगळं आलं. म्हणजेच आजच्या सुमारे एक शतकाआधी वेल्सनं उद्याचं जग बदलांचं असल्यामुळे सगळ्यांनी सतर्क राहिलं पाहिजे असं म्हटलं होतं. त्याचं नेमकं विधान Adapt or perish, now as ever, is nature's inexorable imperative असं होतं. याचाच अर्थ उद्याच्या जगाच्या

अनिश्चिततेविषयीची भीती आजची नाही. पूर्वीपासूनच माणसाला याची काळजी वाटत राहिलेली आहे. मग यात नेमकं नवं काय आहे?

बदल आपल्याला नवे नाहीतच. बदल पूर्वीपासून होत आलेलेच आहेत. या बदलांसंबंधीचा अलीकडच्या काळातला सूक्ष्म; पण अत्यंत महत्त्वाचा फरक म्हणजे या बदलांचा वेग मात्र विलक्षण झपाट्यानं वाढत चालला आहे. म्हणजेच पूर्वी एखादा बदल घडायला कदाचित काही शतकं लागत असतील तर आता हा बदल काही दशकांमध्येच होतो. काही दशकांमधला बदल आता काही वर्षांमध्ये; तसंच काही वर्षांमधला बदल अक्षरश: काही दिवसांमध्ये होतो. साहजिकच बदलांना सामोरं जावं लागणार हे सत्य आपल्याला आधीपासून माहीत असलं तरी या बदलांचा विस्मयकारक वेग मात्र आपल्याला हादरवून सोडणारा आणि थकवणारा आहे. या वेगाची आपल्याला अजिबात सवय नाही. कदाचित या वेगाचा आपल्याला अंदाजही नाही. म्हणूनच या वेगाशी जुळवून घेणं आपल्याला कठीण जातं आहे. या वेगानं घडणाऱ्या बदलांनी आपल्या आयुष्यात विलक्षण उलथापालथ घडवून आणायला केव्हाच सुरुवात केली आहे. आता तर या बदलांच्या वेगात आणखी वाढ होत चालली आहे. याची असंख्य उदाहरणंही आपण अनुभवतो आहोत. अमेरिकेमध्ये चालकविरहित गाड्यांची चाचणी मोठ्या प्रमाणावर सुरू आहे. चीनमध्ये एका माणसाचा तुटलेला हात कृत्रिमरीत्या बनवलेल्या हातानं बदलून टाकण्याची किमया घडलेली आहे. जर्मनीतल्या काही कारखान्यांमध्ये माणसांची गरजच नाही; आता यंत्रमानव तिथलं काम करतात. सौदी अरेबियानं स्त्रियांना अनेक जुनाट संकल्पनांमध्ये बांधून टाकलेलं असताना 'सोफिया' नावाच्या एका (महिला) यंत्रमानवाला नागरिकत्व दिलं आहे. फेसबुक, ट्विटर यांसारख्या माध्यमांमधून मिळणारी अत्यंत उपयुक्त माहिती वापरून डोनाल्ड ट्रम्पसारखा माणूस अमेरिकेचा राष्ट्रपती बनला आहे. आयबीएम कंपनीच्या 'वॉटसन' नावाच्या सॉफ्टवेअरनं अनेक वकिलांच्या नोकऱ्यांवर गंडांतर आणलं आहे. यंत्रमानव सर्रास शस्त्रक्रिया करायला लागले आहेत. भारतात काही ठिकाणी शेतीला आपोआप योग्य तेवढंच पाणी देण्यासाठीची यंत्रणा संगणकांद्वारे चालवली जाते, चेन्नईमध्ये एका हॉटेलात यंत्रमानव काम करतात. काही ठिकाणी घरं तसंच कार्यालयं यंत्रमानव झाडतात-पुसतात. ही तर अगदी काही मोजकीच उदाहरणं झाली.

अलीकडच्या काळात आपल्या 'होमो सॅपियन्स' आणि 'होमो ड्युअस' या पुस्तकांमुळे खूप गाजलेला युवल नोआ हरारी अमरत्वाच्या संकल्पनेविषयी

भरभरून लिहितो. मृत्यू ही संकल्पना माणसानं अनेक अंगांनी कल्पिलेली आहे. काही जणांना मृत्यूची खूप भीती वाटत असल्यामुळे मृत्यूला आध्यात्मिक रूप देण्यात आल्याची टीका काही जण करतात. म्हणजेच आपण आपलं आयुष्य कसं जगतो, त्यात पाप-पुण्य यांना किती स्थान देतो, यावर आपलं मृत्युपश्चात जीवन अवलंबून आहे, असं सगळ्याच धर्मांमध्ये सांगितलं जातं. याचा मुख्य उद्देश आपल्या आयुष्याला चांगलं वळण लावण्याचा असतो असं हरारी म्हणतो. विज्ञानाच्या दृष्टीनं मृत्यू ही वीज चमकण्यासारखी किंवा सूर्यास्त होण्यासारखी फक्त एक तांत्रिक गोष्ट असते. एकदा हे मान्य केलं की मृत्यूभोवतालचं गूढ संपवून फक्त त्यामधल्या तांत्रिकतेचा विषय शिल्लक राहील असं त्याचं म्हणणं आहे. २०१२ साली गुगल कंपनीनं 'कॅलिको' नावाची एक उपकंपनी स्थापन केली. या उपकंपनीचा एकमेव उद्देश अमरत्वाविषयीचं संशोधन करणं हाच आहे. २०५० साली जे लोक चांगली तब्येत राखून असतील, आणि बऱ्यापैकी श्रीमंत असतील, ते आपला मृत्यू अनेक दशकं लांबणीवर टाकू शकतील असं आता या विषयातले तज्ज्ञ म्हणतात. म्हणजेच तोपर्यंत या विषयावरचं संशोधन अत्याधुनिक पातळीपर्यंत पोहोचलेलं असेल असं मानलं जातं.

एकीकडे जन्म-मृत्यू, अमरत्व अशा संकल्पनांविषयी आपण बोलत असतानाच दुसरीकडे आपल्या दैनंदिन आयुष्यामध्येही सनसनाटी बदल घडवून आणण्याची चर्चा सुरू असते. यासाठी आपल्याला अमेरिका किंवा युरोप अशांसारख्या देशांकडे वळण्याचीही गरज नाही. आपल्या देशामध्ये काय घडू शकतं, याविषयीची माहितीही अवाक् करून सोडणारी आहे. 'आऊटलुक' साप्ताहिकाच्या २७ नोव्हेंबर २०१७ रोजीच्या अंकामध्ये सौरऊर्जा तसंच बॅटरी यांच्याविषयी भारतात होत असलेल्या घडामोडींची माहिती आहे. भारतात 'रेवा' नावाची विजेवर; म्हणजेच बॅटरीवर चालणारी मोटार आणणाऱ्या चेतन मैनी यांनी दिलेली माहिती थक्क करून सोडणारी आहे. आता मैनी 'सन मोबिलिटी' नावाच्या कंपनीसाठीचं काम भारतात करतात. या कंपनीनं मोटारींमध्ये वापरल्या जाणाऱ्या बॅटऱ्यांच्या संदर्भात नवीच शक्कल लढवली आहे. सध्या लोक पेट्रोल-डिझेल-गॅस याच इंधनांचा वापर मोटारींसाठी करतात याची २ मुख्य कारणं आहेत. एक तर बॅटऱ्यांवर चालणाऱ्या मोटारींची किंमत खूप जास्त असते. दुसरं म्हणजे या बॅटऱ्या चार्ज करण्यासाठी खूप खटाटोप करावा लागतो. एकदा बॅटरी चार्ज केल्यानंतर मोटार फक्त १२० किलोमीटर्स चालू शकते. आता 'सन मोबिलिटी' ही कंपनी चार्ज केलेल्या बॅटऱ्यांची केंद्रंच उभी करणार आहे. म्हणजेच बॅटरी डिस्चार्ज व्हायची

वेळ आली की आपल्या जवळच्या अशा केंद्रामध्ये जायचं, आपल्या गाडीतली बॅटरी तिथला माणूस काढून घेणार आणि त्याठिकाणी पूर्ण चार्ज केलेली बॅटरी बसवणार. आपण चार्जिंगचे पैसे भरायचे. साहजिकच बॅटरीचं चार्जिंग शिल्लक आहे का नाही, हा प्रश्नच निघून जाईल! चार्ज केलेल्या बॅटऱ्या उपलब्ध करून देणारी केंद्रं ठिकठिकाणी उभी केली की झालं. २०३० पर्यंत भारतामध्ये फक्त विजेवर चालणाऱ्याच मोटारी असाव्यात यासाठी सरकार अत्यंत आक्रमक पावलं टाकत आहे. या संदर्भातल्या बातम्या तर सातत्यानं येतच असतात.

अशा गोष्टींचे दूरगामी परिणाम संभवतात. तेल आणि त्याच्याशी संबंधित असलेले उद्योग अडचणीत येण्याची दाट शक्यता आहे. बॅटरी उद्योग प्रचंड मोठा होऊ शकतो. 'चार्जिंग स्टेशन्स' उभी करण्यासंबंधी आणि ती चालवण्यासंबंधी अनेक संधी मिळू शकतात. मुळात वाहन उद्योगातच आमूलाग्र बदल घडणार हे नक्कीच आहे. पारंपरिक वाहनांऐवजी बॅटऱ्यांवर चालणारी वाहनं बनवण्यामध्ये महिंद्रा, टाटा अशा कंपन्या उतरल्या आहेत. मारुतीसकट इतरांनीसुद्धा या उद्योगात मोठ्या प्रमाणावर उतरण्याच्या घोषणा केलेल्या आहेत. यातलं पुढचं पाऊल बॅटऱ्या रिचार्ज करण्यासाठी सौरऊर्जा वापरण्याचं आहे. सध्याच्या आकडेवारीनुसार 'प्रतिकिलोवॅट तास' एवढी ऊर्जा मिळवण्यासाठी येणारा खर्च असा आहे : सौरऊर्जा - २.४० रुपये, पवनऊर्जा - ३.५० रुपये, कोळसा - ३.५० रुपये, नैसर्गिक वायू - ६.५० रुपये. ही आकडेवारी भारत सरकारच्या ऊर्जा मंत्रालयाच्या उपविभागाची आहे. याचाच अर्थ बॅटऱ्या आणि त्या चार्ज करण्यासाठीची सौरऊर्जा हे गणित सगळं अर्थकारण पार बदलून टाकणार हे उघड दिसतं आहे. तेलाची भारताला खूप मोठ्या प्रमाणावर आयात करावी लागते. इ. नंदकुमार हे तेल उद्योगाचे अभ्यासक आणि या उद्योगात प्रत्यक्ष काम करण्याचा अनुभव असलेले गृहस्थ तेलाचे आंतरराष्ट्रीय बाजारपेठेतले भाव काही वर्षांनी प्रतिपिंप फक्त १०-२० डॉलर्स इतकेच असतील असं म्हणतात. म्हणजेच भारताचा तेल आयातीचा खर्च सध्याच्या खर्चापेक्षा तब्बल ७०-८० टक्क्यांनी कमी होईल! याचे आंतरराष्ट्रीय परिणाम तर प्रचंडच होतील. सौदी अरेबिया, कुवेत, रशिया, व्हेनेझुएला यांसारख्या तेल निर्यातदारांना विलक्षण नुकसान सोसावं लागेल. यातून उद्योगक्षेत्रामध्ये विलक्षण उलथापालथी घडतील.

यंत्रमानवांमुळे आपलं जग तर नक्की कसं असेल, याची कल्पनाही करवत नाही. यासाठी उद्याची वाट बघण्याचीसुद्धा गरज नाही. 'मिलग्रो' नावाची कंपनी भारतात गेल्या काही वर्षांपासून घरात झाडलोट करणारे यंत्रमानव विकतेच आहे.

हे यंत्रमानव म्हणजे गोलाकार तबकड्यांसारखे असतात. या तबकड्या घरभर फिरून सगळीकडचा कचरा साफ करतात. पूर्वी या तबकड्या फक्त घर 'झाडू' शकत; आता मात्र त्या घर 'पुसू'ही शकतात! तसंच ठरावीक वेळेला आपलं काम सुरू करणं, काम संपलं की आपोआप चार्जिंगसाठीच्या ठिकाणी जाऊन बसणं अशा गोष्टीसुद्धा त्या व्यवस्थितपणे करतात. यामुळे कदाचित भविष्यात घरकाम करणाऱ्यांवर कुऱ्हाड कोसळू शकते. जोडीला डिशवॉशर, कपडे धुवून वाळवून देणारी वॉशिंग मशिन्स अशी सगळी यंत्रणासुद्धा आहेच. साहजिकच अनेक प्रकारच्या कटकटी कदाचित इतिहासजमा होण्याची शक्यता आहे.

जैवतंत्रज्ञानामुळे कुठल्याही जिवाणूंचा खातमा करू शकणारी अँटिबायोटिक्स तयार करणं, खराब होत असलेले अवयव बदलणं अशा गोष्टी तर घडतीलच; पण अक्षरशः जनुकांच्या पातळीवर जाऊन त्यात बदल करणं आणि अगदी 'टेलर मेड' उपचार करणं शक्य होईल. मधुमेह असलेल्या लोकांना रक्तातल्या साखरेची पातळी वरखाली झाली की आपोआप इन्शुलिन टोचणारी यंत्रणा सहजपणे उपलब्ध असेल. शरीरातल्या सगळ्या क्रियांवर लक्ष ठेवणारी मॉनिटर्स प्रत्येकाच्या शरीरात असतील. साहजिकच कुठलाही आजार जडण्याची शक्यता दिसताच त्याला प्रतिबंध करणारी यंत्रणा लगेचच अमलात आणली जाईल. आधी उल्लेख केल्याप्रमाणे चिरतारुण्य, अमरत्व, अशक्यप्राय शस्त्रक्रिया या आवाक्याबाहेरच्या गोष्टी अधिकाधिक सोप्या होत जातील. नॅनो तंत्रज्ञानामुळे कल्पनेपलीकडच्या क्षमता असलेली इलेक्ट्रॉनिक उपकरणं, कधीच खराब न होणारे किंवा मळणारे कपडे, भन्नाट प्रकारची वाहनं, उपकरणं, रोजच्या वापरातल्या वस्तू हे सगळं शक्य होईल.

करमणुकीच्या विश्वात तर नुसता धुमाकूळच माजेल. 'व्हर्च्युअल रिॲलिटी' तसंच 'ऑगमेंटेड रिॲलिटी' म्हणून ओळखल्या जाणाऱ्या तंत्रज्ञानांमुळे घरबसल्या आपण स्वित्झर्लंडमधल्या बर्फात खेळण्याचा अनुभव घेऊ शकू किंवा ऑस्ट्रियामधल्या नाझी छळछावण्यांमध्ये फेरफटका मारू शकू. एखाद्या चित्रपटामध्ये आपण चक्क हवी ती भूमिका खऱ्या पात्राऐवजी केल्याचा आभास निर्माण करू शकू. टीव्ही, म्युझिक प्लेअर या सगळ्या संकल्पना कदाचित कालबाह्य होतील. अतिवेगवान इंटरनेटचा वापर करून आपण एकाच पडद्यावर टीव्ही, इंटरनेट, गेम्स, आभासी जग हे सगळं अनुभवू शकू. अर्थातच 'स्मार्ट टीव्ही'सारख्या संकल्पना वापरून टीव्ही निर्माते यातून मार्ग काढण्याचा प्रयत्न करत असल्याचं तर आपण आत्तासुद्धा अनुभवतच आहोत.

पैसा आणि चलन यांच्या बाबतीत होणारे बदल आपण काही अंशी अनुभवतोच आहोत. कागदी आणि नाण्यांच्या स्वरूपातल्या चलनाचं स्थान अधिकाधिक कमकुवत होत जाईल. डिजिटल चलनाचा वापर प्रचंड मोठ्या प्रमाणावर वाढेल. त्यातही क्रेडिट किंवा डेबिट कार्ड्स कितपत वापरली जातील, याविषयी शंका आहेच. याचं कारण म्हणजे 'नीति आयोगा'मध्ये काम करत असलेल्या अमिताभ कांत यांच्या म्हणण्यानुसार फक्त आपल्या अंगठ्यांच्या ठशांवरच सगळे आर्थिक व्यवहार घडू शकतील. साहजिकच अर्थकारणामध्ये विलक्षण उलथापालथी घडतील. बँकांच्या शाखाच कदाचित नसतील. एटीएम्सची गरजही भासणार नाही. कित्येक बँका आतापासूनच भारतात घरबसल्या बँक खातं उघडणं आणि आपल्या खात्याचे संपूर्ण व्यवहार फक्त इंटरनेटवरून करणं अशा सोयी उपलब्ध करून देत आहेत.

शिक्षणक्षेत्राचं रंगरूप बदलायला सुरुवात झालेलीच आहे. पारंपरिक पद्धतीनं चालवल्या जाणाऱ्या शाळा या युगात कालबाह्य ठरतील. महाविद्यालयांना तर विलक्षण स्पर्धेला तोंड द्यावं लागेल. इंटरनेटवरून हव्या त्या अभ्यासक्रमाला हव्या त्या विद्यापीठात प्रवेश घ्यायचा अशी पद्धत रुजेल. उदाहरणार्थ, केंब्रिज स्कूल ऑफ इकॉनॉमिक्समधून अर्थशास्त्र आणि मुंबईच्या आयआयटीमधून मेकॅनिकल इंजिनिअरिंग असं एकाच वेळी पुण्यात बसलेला विद्यार्थी घरबसल्या करू शकेल. साहजिकच प्रवास, अंतर, भाषांमधला फरक आणि त्याच्याशी संबंधित असलेले अडथळे हे सगळंही इतिहासजमा झालेलं असेल. प्रवास करण्याची गरज हौसेपलीकडे उरणार नाही. कार्यालयांमध्ये कर्मचाऱ्यांनी आठवड्यातून एकदा फक्त बैठकीसाठी वगैरे जाणं अशी पद्धत असू शकेल. उरलेला सगळा वेळ कर्मचारी घरूनच काम करतील.

या आणि इतर अनेक गोष्टी उद्याच्या जगात नक्कीच घडतील याविषयी अजिबात शंका नाही. फक्त हा 'उद्या' नक्की कधी उजाडेल, हे सांगणं कठीण आहे. भविष्यातल्या वेगवेगळ्या टप्प्यांवर आणि कालखंडात यातल्या अनेक गोष्टी घडत जातील. तसंच एकदम अचानकपणे त्या घडतील असंही नाही. हळूहळू त्या दिशेनं प्रवास होत असल्याचं आपल्याला जाणवत राहील. या सगळ्या बदलांमधलं एक अत्यंत महत्त्वाचं तंत्रज्ञान कृत्रिम बुद्धिमत्ता आणि यंत्रमानव यांचं आहे.

आपल्याला आपल्या पृथ्वीतलावरच्या हयातीत यामधलं नेमकं काय बघायला आणि अनुभवायला मिळेल, एवढाच खरा प्रश्न आहे!

अतुल कहाते

ऋणनिर्देश

या पुस्तकाची कल्पना 'बिटकॉइन - आभासी चलनाची अद्‍भुत दुनिया' या 'सकाळ प्रकाशना'च्या वतीनं तयार झालेल्या माझ्या पहिल्या पुस्तकाच्या जन्माच्या वेळी निघाली. असं पुस्तक करावं असं 'सकाळ प्रकाशना'चे श्री. आशुतोष रामगीर यांनी सुचवलं. या विषयावर काही कारणांनी थोडंफार लिहिलेलं होतं. त्यावरची धूळ झटकली आणि नव्यानं भरपूर मजकूर घालून हे पुस्तक पूर्ण झालं. याचं संपूर्ण श्रेय 'सकाळ प्रकाशना'लाच आहे.

पुस्तकाचं संपादन करणाऱ्या ऐश्वर्या कुमठेकर, मुद्रितशोधक अनुश्री भागवत, अक्षरजुळणी करणारे संदीप घावरे, मुखपृष्ठकार शिवदास मोरे यांचे मन:पूर्वक आभार.

या पुस्तकाच्या कामादरम्यान लागणारी एकाग्रता आणि त्यासाठी आवश्यक असलेला निवांतपणा हे सगळं सातत्यानं पुरवणारे अनिता, जुई आणि हर्षू यांचे औपचारिक आभार. माझे बाबा डॉ. शशिकांत कहाते, भाऊ-वहिनी केदार-गौरी कहाते यांच्या सततच्या प्रोत्साहनासाठी त्यांनाही धन्यवाद. तसंच माझी आई मीना कहाते हिच्या स्मृतीचीही आठवण. शुभदा गुंडेवार यांच्या कौतुकाच्या शब्दांसाठी आणि अविनाश गुंडेवार यांच्या स्मृतीसाठी कृतज्ञता. याखेरीज सगळे मित्र, नातेवाईक आणि सुहृद यांची यादी करत बसत नाही; पण तुम्ही सगळे आहात म्हणून लिहीत राहावंसं वाटतं, हे नक्कीच नमूद करावंसं वाटतं.

अनुक्रमणिका

१. कृत्रिम बुद्धिमत्ता म्हणजे नेमकं काय?

शिकण्याची क्षमता असलेलं संगणकीय सॉफ्टवेअर म्हणजे कृत्रिम बुद्धिमत्ता. या शिकण्यातून नव्यानं उद्भवलेल्या परिस्थितीमध्ये माणसासारखेच निर्णय घेण्याची क्षमता संगणकामध्ये येऊ शकते.

काही दिवसांपूर्वी 'फेसबुक कंपनी प्रायोगिक तत्त्वांवर वापरत असलेल्या दोन यंत्रमानवांनी त्यांच्या नेहमीच्या क्षमता आणि त्यांचं कामाचं नेहमीचं स्वरूप याहून एकदम भलतंच काहीतरी करण्याचा प्रयत्न केला आणि त्यासरशी ते बंद पडले' अशी बातमी आली. याचबरोबर उद्याचे यंत्रमानव माणसाहूनही जास्त बुद्धिमान असतील का; तसंच स्टीफन हॉकिंग म्हणाले होते त्यानुसार ते माणसालाच भारी पडतील का, या प्रश्नांविषयी जोरात चर्चा सुरू झाली.

> यंत्रांना कृत्रिमपणे हुशार बनवायच्या याच प्रयत्नांना 'कृत्रिम बुद्धिमत्ता' म्हणजेच 'आर्टिफिशियल इंटेलिजन्स (एआय)' असं म्हणतात.

गेल्या अर्धदशकाहून जास्त काळात संशोधक 'बुद्धिमान यंत्र' बनवायच्या प्रयत्नात आहेत. यंत्रांना कृत्रिमपणे हुशार बनवायच्या याच प्रयत्नांना 'कृत्रिम बुद्धिमत्ता' म्हणजेच 'आर्टिफिशियल इंटेलिजन्स (एआय)' असं म्हणतात. १९५६ मध्ये न्यू हॅम्पशर राज्यातल्या डार्टमाऊथ कॉलेजात झालेल्या एका परिषदेत प्रथमच या शब्दाचा वापर झाला. ही परिषद सुमारे २ महिने चालली. ही परिषद भरवण्यात जॉन मॅकार्थीचा पुढाकार होता. मॅकार्थी हा त्याच कॉलेजात गणिताचा प्राध्यापक होता. त्याच वेळी माणूस जसा शिकतो, विचार करतो आणि आपली बुद्धिमत्ता वापरतो; तसंच संगणकाचा वापर करून त्याला माणसासारखा विचार करायला शिकवता येईल का, यावर बरीच चर्चा झाली. त्याविषयीच्या कल्पना तशा बऱ्याच आधीपासून

मांडल्या गेल्या होत्या. नंतर मिन्स्की आणि जॉन मॅकार्थी यांनी एमआयटीमध्ये कृत्रिम बुद्धिमत्तेच्या संदर्भातली प्रयोगशाळा सुरू केली.

यापुढे जाऊन सांगायचं तर यंत्रमानवाची संकल्पना कृत्रिम बुद्धिमत्तेच्या तंत्रज्ञानावर आधारलेली आहे. यंत्रमानवाला संगणकीय भाषेत सूचना दिल्या की तो त्या सूचना पार पाडतो. म्हणजेच मुळात कुठली सूचना दिल्यावर यंत्रमानवानं काय केलं पाहिजे, हे त्याला 'शिकवलं' जातं. त्यानंतर आज्ञाधारकपणे यंत्रमानव त्या सूचनांनुसार काम करायला लागतो. आता यामधला महत्त्वाचा मुद्दा म्हणजे यंत्रमानवाचं हे कौशल्य इथपर्यंतच टिकणार का, याच्यापुढे जाऊन तो आधीच्या सूचनांनुसार तसंच त्याच्या 'अनुभवांमधून' पुढे शिकत राहणार? म्हणजेच आधीच्या चुका होऊ न देणं आणि इतकंच नव्हे तर नवी कौशल्यं स्वतःहून शिकणं यंत्रमानवाला जमेल का? फेसबुकसारख्या कंपन्या नेमक्या याच प्रयत्नांमध्ये आहेत. फेसबुकनं यासाठी दोन यंत्रमानवांमध्ये 'संभाषण' घडवून आणायचे प्रयत्न सुरू केले आहेत. संभाषणासंबंधीच्या पायाभूत गोष्टी या यंत्रमानवांना 'शिकवायच्या' आणि त्यानंतर त्यांना एकमेकांशी संभाषण करायला लावायचं असा हा प्रकल्प आहे. यामधली महत्त्वाची गोष्ट म्हणजे आपली भाषा खूप लवचीक असते. त्यामध्ये असंख्य शक्यता असतात. तसंच ही भाषा आपल्या दृष्टीनं अर्थ लावायला सोपी असली तरी यंत्रमानवांना मानवी भाषेमधले सगळे बारकावे शिकणं आणि संदर्भानुसार भाषेचा अर्थ लावणं खूप अवघड जातं. हे आव्हान स्वीकारून फेसबुकनं प्रयत्न सुरू केले. तेवढ्यात एक गंमतच झाली! दोन यंत्रमानव एकमेकांशी संवाद साधण्याचा प्रयत्न करत असताना त्यांनी जणू एक नवी भाषा तयार करून त्यात संभाषण करण्याचा प्रयत्न सुरू केला. म्हणजेच त्यांना भाषेच्या संदर्भात शिकवण्यात आलेल्या नियमावलीच्या बाहेरचे नियम त्यांनी स्वतःच घालून घेण्याचा प्रयत्न केला. या नव्या नियमांनुसार ते एकमेकांशी संवाद साधायचा प्रयत्न करायला लागले. यंत्रमानवांमधल्या संभाषणासाठी फेसबुकनं लिहिलेल्या सॉफ्टवेअरचा पार गोंधळ उडाला आणि ही यंत्रणाच बंद पडली.

फेसबुकमधल्या या घटनेमुळे काही लोकांनी यंत्रमानव माणसाला भारी पडणार अशी भीती व्यक्त केली. एलॉन मस्क या सध्या गाजत असलेल्या उद्योजकानं अशाच अर्थाचं विधान केलं. फेसबुकचा निर्माता मार्क झुकेरबर्गनं मात्र एवढं घाबरून जाण्याचं कारण नसल्याचं मत मांडलं. विलक्षण बुद्धिमत्ता लाभलेला माजी बुद्धिबळ 'ग्रँडमास्टर' गॅरी कॅस्परॉव्ह यानं तर यंत्रमानव आणि कृत्रिम बुद्धिमत्ता या विषयावर एक पुस्तकच लिहिलं आहे. एकूण काय, तर हा विषय प्रचंड महत्त्वाचा असल्यामुळे सगळीकडे चर्चेला आला आहे. यंत्रमानवांनी पृथ्वीचं नियंत्रण आपल्याकडे घेऊन

मानवजातीला वेठीला धरल्यासंबंधीच्या विज्ञानकथा तसंच या संदर्भातले हॉलिवुड चित्रपट आधीपासूनच आहेत. आज माणसाचा गुलाम असलेला हा यंत्रमानव उद्या माणसालाच आपला गुलाम बनवेल, अशी भीती अनेकांना वाटायला लागली आहे.

माणूस आणि यंत्रमानव यांच्यामधल्या बुद्धीत तर फरक असतातच; पण दुसरा महत्त्वाचा फरक म्हणजे माणूस भावनाप्रधान असतो. यंत्रमानवाला भावना हा प्रकार माहीत नसतो. यामुळे खरोखरच यंत्रमानव माणसापेक्षा जास्त हुशार झाला तर असा भावनाहीन पण विलक्षण बुद्धिमत्तेचा यंत्रमानव उद्या काय करेल, याविषयी छातीठोकपणे सांगता येत नाही. सध्या संगणकक्षेत्रात 'मशीन लर्निंग' नावाचा प्रकार खूप लोकप्रिय आहे. माणूस जी कामं करतो, ती कामं यंत्रमानवांकडून करून घेणं हा या तंत्रज्ञानाचा पाया आहे. आपली कामं यंत्रमानवांना शिकवून माणूस अधिकाधिक आरामाच्या आयुष्याचं स्वप्न बघत असताना हा यंत्रमानव उद्या आपल्याच डोक्यावर येऊन बसला तर काय; हा विचार संशोधकांना त्रस्त करून सोडतो आहे. ही भीती अनाठायी नक्कीच म्हणता येत नाही. याचा अर्थ यंत्रमानवांचा वापर करता कामा नये असा मात्र अजिबातच होत नाही. यंत्रमानवांकडे आपल्या आयुष्याची दोरी जात नाही ना, एवढी खबरदारी घेत हे तंत्रज्ञान पुढे नेण्याचं बिकट आव्हान म्हणूनच शास्त्रज्ञांसमोर आहे!

सध्या संगणकक्षेत्रात 'मशीन लर्निंग' नावाचा प्रकार खूप लोकप्रिय आहे. माणूस जी कामं करतो, ती कामं यंत्रमानवांकडून करून घेणं हा या तंत्रज्ञानाचा पाया आहे. आपली कामं यंत्रमानवांना शिकवून माणूस अधिकाधिक आरामाच्या आयुष्याचं स्वप्न बघत असताना हा यंत्रमानव उद्या आपल्याच डोक्यावर येऊन बसला तर काय; हा विचार संशोधकांना त्रस्त करून सोडतो आहे. ही भीती अनाठायी नक्कीच म्हणता येत नाही. याचा अर्थ यंत्रमानवांचा वापर करता कामा नये असा मात्र अजिबातच होत नाही. यंत्रमानवांकडे आपल्या आयुष्याची दोरी जात नाही ना, एवढी खबरदारी घेत हे तंत्रज्ञान पुढे नेण्याचं बिकट आव्हान म्हणूनच शास्त्रज्ञांसमोर आहे!

कृत्रिम बुद्धिमत्ता हा अत्यंत किचकट विषय असल्यामुळे त्याची अगदी सोपी किंवा स्पष्ट व्याख्या करणं जवळपास अशक्य आहे. गुगल कंपनीनं बुद्धिमत्तेची केलेली व्याख्या त्यातल्या त्यात बऱ्यापैकी स्पष्ट असल्यामुळे आपण ती आपल्या सोयीसाठी वापरू शकतो :

दृष्टिज्ञान, आवाज आणि बोलणं यांचं आकलन, निर्णयक्षमता, भाषांतर यांच्यासारख्या मानवी बुद्धिमत्ता लागणाऱ्या गोष्टी संगणकांचा वापर करून साध्य करण्याचं तंत्रज्ञान म्हणजे कृत्रिम बुद्धिमत्ता होय.

संगणकांना नेमून दिलेली कामं व्यवस्थितपणे करता येतात. संगणक कधीच कंटाळत नाहीत. यासाठी संगणकांना आपण सॉफ्टवेअरद्वारे सूचना देतो. त्या सूचना संगणक अगदी इमानेइतबारे आणि आपल्याला हवं तेव्हा तसंच हव्या तेवढ्या वेळा पार पाडतो. त्यात तो स्वतःहून कधीच चुका करत नाही. एखाद्या आज्ञाधारक गुलामासारखा तो आपलं काम पार पाडतो. एखाद्या मानवी गुलामामध्ये आणि संगणकामध्ये मात्र एक अत्यंत महत्त्वाचा फरक असतो. माणूस सातत्यानं शिकत असतो. येणाऱ्या अनुभवांनुसार तो आपल्या विचारांमध्ये, वागण्या-बोलण्यामध्ये, कृतींमध्ये बदल करतो. संगणक मात्र या बाबतीत अक्षरशः 'ढ' असतो. संगणकाला विचार करताच येत नाही. याचं कारण म्हणजे संगणक हे मुळात एक यंत्र असतं. संगणकामध्ये मानवी मेंदूसारखा मेंदू नसतो. स्वाभाविकपणे संगणकाला नव्या अनुभवांची जाणीव होण्याचा, त्यानं विचार करण्याचा, स्वतःहून निर्णय घेण्याचा, आपल्या आधीच्या चुकांमधून धडे घेण्याचा काहीच प्रश्न नसतो. या पार्श्वभूमीवर 'क्वार्ट्झ' नावाच्या नियतकालिकानं कृत्रिम बुद्धिमत्तेच्या तंत्रज्ञानाची केलेली ही व्याख्याही अत्यंत उद्बोधक आहे :

शिकण्याची क्षमता असलेलं संगणकीय सॉफ्टवेअर म्हणजे कृत्रिम बुद्धिमत्ता. या शिकण्यातून नव्यानं उद्भवलेल्या परिस्थितीमध्ये माणसासारखेच निर्णय घेण्याची क्षमता संगणकामध्ये येऊ शकते.

म्हणजेच संगणक पूर्वीप्रमाणे केवळ आज्ञाधारक गुलाम न राहता विचार करणाऱ्या माणसासारखा होऊ शकतो. कृत्रिम बुद्धिमत्तेच्या तंत्रज्ञानामुळे संगणकामध्ये ही हुशारी येते. कहर म्हणजे माणूस काम केल्यावर थकतो. त्याला पुन्हा ताजंतवानं होण्यासाठी मानसिक आणि शारीरिक विश्रांती लागते. कृत्रिम बुद्धिमत्तेची झूल धारण केलेल्या संगणकाला मात्र असं अजिबात होत नाही. अथकपणे नवनवं शिकत राहणं आणि त्यातून आपली निर्णयक्षमता वाढवत नेणं संगणकाला सहजपणे जमू शकतं. इतकंच नव्हे, तर योग्य माहिती पुरवल्यावर संगणकाकडून होणाऱ्या चुका या त्या तुलनेत माणसांकडून होणाऱ्या चुकांच्या मानानं खूप कमी असतात.

संगणक सातत्यानं शिकत राहू शकतो आणि त्याआधारे निर्णय घेऊ शकतो ही अत्यंत सनसनाटी कल्पना आहे. इतके दिवस माणूस निर्णय घेणार आणि संगणक फक्त त्या निर्णयांची अंमलबजावणी करणार असं चित्र होतं. आता मात्र माणसासारखी वैचारिक आणि निर्णयक्षमतेशी संबंधित असलेली कौशल्यं संगणकाकडे आली तर अर्थातच त्यामुळे निर्माण होणारं चित्र कमालीचं वेगळं असण्याची दाट शक्यता आहे. येणाऱ्या जगावर याचे खोल पडसाद उमटणं अपरिहार्य आहे. संगणकांमध्ये ही कृत्रिम बुद्धिमत्ता येत असल्याचा मुख्य परिणाम आपल्या म्हणजेच मानवी जीवनावर होणार हे नक्की आहे. आता कृत्रिम बुद्धिमत्तेच्या तंत्रज्ञानामुळे संगणकांना 'बघता' येतं; याला 'कम्प्युटर व्हिजन' असं म्हणतात. तसंच संगणकांना 'ऐकता' आणि 'ऐकलेलं समजून घेता' येतं; याला 'स्पीच रेकग्निशन' असं म्हणतात. याखेरीज संगणकांमध्ये आता 'आकलनक्षमता' आहे; याला 'नॅचरल लँग्वेज प्रोसेसिंग' असं म्हणतात. स्वयंचलित गाड्या, चेहरा आणि त्यावरचे हावभाव समजून घेणं, यंत्रमानवाशी संबंधित असलेलं तंत्रज्ञान या सगळ्याशी कृत्रिम बुद्धिमत्तेचा जवळून संबंध आहे.

कृत्रिम बुद्धिमत्तेचा एक मुख्य फायदा म्हणजे यंत्रं आणि यंत्रमानव यांच्याकडून आपण आपल्याला अवघड, कंटाळवाणी किंवा धोकादायक वाटत असलेली कामं सहजपणे करून घेऊ शकतो. याचाच अर्थ काही काळापूर्वी अशक्यप्राय वाटत असलेल्या काही गोष्टी आता माणसाला साध्य होऊ शकतील असा होतो. अर्थातच याची दुसरी बाजू म्हणजे सध्या फक्त माणूस करू शकत असलेली अनेक कामं आता यंत्रं करायला लागतील. याचा थेट परिणाम माणसाच्या रोजगारांवर होईल. अगदी थेट राजकीय पातळीवर याचे पडसाद उमटतील. जवळपास सगळ्याच कार्यक्षेत्रांमध्ये कृत्रिम बुद्धिमत्तेच्या तंत्रज्ञानाचे थेट किंवा अप्रत्यक्ष परिणाम होणार यात शंका नाही. 'कृत्रिम बुद्धिमत्ता' या तंत्रज्ञानाचे एकंदर ५ भाग पडतात. ते भाग म्हणजे संगणकाला माणसाची अतिशय लवचीक असलेली भाषा नीट समजणं (नॅचरल लँग्वेज प्रोसेसिंग), संगणकानं बोलणं (कम्प्युटर स्पीच), त्याला दृष्टी असणं (कम्प्युटर व्हिजन), त्यानं यंत्रमानवासारखं

'कृत्रिम बुद्धिमत्ता' या तंत्रज्ञानाचे एकंदर ५ भाग पडतात. ते भाग म्हणजे संगणकाला माणसाची अतिशय लवचीक असलेली भाषा नीट समजणं (नॅचरल लँग्वेज प्रोसेसिंग), संगणकानं बोलणं (कम्प्युटर स्पीच), त्याला दृष्टी असणं (कम्प्युटर व्हिजन), त्यानं यंत्रमानवासारखं काम करणं (रोबोटिक्स) आणि त्यानं शिकत राहण्याबरोबरच एखाद्या हुशार माणसासारखी अवघड कामंसुद्धा करून देणं (एक्सपर्ट सिस्टिम्स) असे असतात.

काम करणं (रोबोटिक्स) आणि त्यानं शिकत राहण्याबरोबरच एखाद्या हुशार माणसासारखी अवघड कामंसुद्धा करून देणं (एक्सपर्ट सिस्टिम्स) असे असतात.

माणसासारखी किंवा माणसालाही अवघड वाटतील अशी कामं करू शकणाऱ्या यंत्रमानवाविषयी अगदी ग्रीक आणि रोमन लोकांच्या काळापासून कल्पना केल्या गेल्या आहेत. त्याचं अगदी ठळक रूप जॉर्ज गॉर्डन म्हणजेच लॉर्ड बायरन याच्या लिखाणात सापडतं. बायरननं मेरी नावाच्या कवयित्रीशी झालेल्या आपल्या संभाषणात यंत्रमानवासारख्या एका यंत्राची कल्पना मांडली होती आणि खरंच असं आपोआप बोलणारं आणि चालणारं यंत्र आपल्यासमोर आलं तर काय होईल, या भीतीनं मेरीची गाळणच उडाली होती आणि त्यानंतर तिला झोपसुद्धा लागेना!

नंतर 'फ्रँकेन्स्टाईन' नावाचा एक चित्रपट अशाच कल्पनेवर आधारलेला होता. एक माणूस अनैसर्गिकरीत्या दुसरा यंत्रमानव बनवायचा प्रयत्न करतो. त्याचे काय परिणाम होतील याचा तो विचारसुद्धा करत नाही. त्यानंतर किमान अर्धा डझन माणसांनी या सिनेमाची फसलेली नक्कल करून तसाच सिनेमा काढायचा अयशस्वी प्रयत्न केला. १९२३ साली कॅरल कॅपेकनं 'आर यू आर' नावाच्या आपल्या एका नाटकात पुन्हा यंत्रमानवाची कल्पना मांडली.

आपण रोज करत असलेल्या सगळ्या गोष्टी अगदी स्पष्ट, सुसंगत आणि ठळक असतातच असं नाही. त्यांच्यात सतत दोलायमानतेची अवस्था असते. आपण अनेक गोष्टी करत असताना त्याचा शेवट अमुकअमुकच होईल असं सांगता येत नसतं. अनेक शक्यता, त्यांचे असंख्य परिणाम आणि या सगळ्यांचं एक मस्त मिश्रण अशा या घटनांचं स्वरूप नक्की नसताना मग त्यांना संगणकासारख्या यंत्रात कसं काय बसवायचं? उदाहरणार्थ, एखादा गायक जेव्हा गातो तेव्हा ठरावीक समीकरणं सोडवल्यासारखं गाऊन चालणार नसतं. त्या दिवशी त्याचा आवाज त्याला अपेक्षित असेल तसाच लागेल असं खात्रीनं सांगता येत नसतं. एखादा लेखकही एखादी गोष्ट किंवा कादंबरी लिहायला घेतो, तेव्हा त्याच्या डोक्यात त्या गोष्टीतली पात्रं, त्यांचे स्वभाव, वागणं, घटना, यांचा साधारण अंदाज असतो, पण अगदी अचूकपणे सगळी गोष्ट थोडीच तयार असते! ती गोष्ट तयार होणं हीच तर एक ऐनवेळी घडणारी प्रक्रिया असते! यासाठी जे तर्कशास्त्र वापरलं जातं, त्यालाच 'फझी लॉजिक' असं म्हणतात.

या सगळ्याचा कृत्रिम बुद्धिमत्तेच्या तंत्रज्ञानाशी एकदम जवळून संबंध आहे. याचे आपल्यावर होत असलेले परिणाम काय असू शकतील याकडे आपण आता वळू.

●●●

२. कृत्रिम बुद्धिमत्तेच्या तंत्रज्ञानाचा आवाका

आपल्या दैनंदिन आयुष्यात आरोग्य, व्यायाम, आहार, करमणूक, इतरांशी संपर्क साधणं, वाहतूक यांसकट अनेक बाबतींमध्ये कृत्रिम बुद्धिमत्तेची संकल्पना आपल्याला अतिशय उपयुक्त ठरणार आहे. जे व्यावसायिक आणि उद्योजक कृत्रिम बुद्धिमत्तेचा वापर करतील, त्यांना आपल्या प्रतिस्पर्ध्यांच्या पुढे जाण्यात नक्कीच यश मिळणार आहे.

हा मजकूर लिहिला जात असताना कृत्रिम बुद्धिमत्तेचा वापर प्रामुख्यानं ज्या ठिकाणी केला जातो आहे, त्यांची धावती ओळख अशी :

- **स्थिर चित्रं ओळखणं, त्यांचं वर्गीकरण करणं** – अनेक उद्योगांमध्ये याचा वापर केला जातो.
- **गणिती समीकरणं वापरून आर्थिक निर्णय घेणं** – आर्थिक क्षेत्रांमध्ये हे सर्रास वापरलं जातं.
- **वैद्यकीय उपचारांमध्ये मदत** – रुग्ण आणि वेगवेगळे उपचार यांच्याशी संबंधित असलेले माहितीचे साठे योग्यरीत्या वापरणं.
- **काहीतरी बिघडणार असल्याची पूर्वसूचना देणं** – एखादी वस्तू बिघडणार असल्याची पूर्वसूचना मिळाल्यामुळे अनेक उद्योगांना त्याचा फायदा होतो. वेळेतच त्यांना त्यासंबंधी योग्य उपाययोजना करणं शक्य होतं.
- **समोरच्या आकृतीचा अर्थ लावणं** – स्वयंचलित गाड्यांमध्ये तसंच यंत्रमानवांमध्ये याचा खूप फायदा होतो.
- **माहितीवरचे हल्ले रोखणं** – ऑनलाइन व्यवहार सुरक्षित करण्यासाठी हे खूप उपयुक्त ठरतं.

आपल्या दैनंदिन आयुष्यात आरोग्य, व्यायाम, आहार, करमणूक, इतरांशी संपर्क साधणं, वाहतूक यांसकट अनेक बाबतींमध्ये कृत्रिम बुद्धिमत्तेची संकल्पना आपल्याला अतिशय उपयुक्त ठरणार आहे. जे व्यावसायिक आणि उद्योजक कृत्रिम बुद्धिमत्तेचा वापर करतील, त्यांना आपल्या प्रतिस्पर्ध्यांच्या पुढे जाण्यात नक्कीच यश मिळणार आहे. काही जणांना 'कृत्रिम बुद्धिमत्ता' ही संज्ञा ऐकून भीती वाटते. म्हणून त्याऐवजी 'डेटा सायन्स' असा शब्दप्रयोग करावा असंही म्हटलं जातं.

कृत्रिम बुद्धिमत्ता ही आपण सुरुवात मानली तर तिच्या 'मशिन लर्निंग' आणि 'डीप लर्निंग' अशा आणखी २ पायऱ्यांकडे आपण डोकावून बघितलं पाहिजे. यासाठी आपण सोबतच्या आकृतीकडे बघू शकतो.

मशिन लर्निंग

कृत्रिम बुद्धिमत्तेकडच्या वाटेवरचा सगळ्यात प्राथमिक साथीदार म्हणून आपण 'मशिन लर्निंग'च्या संकल्पनेचा विचार करू शकतो. अगदी सोप्या शब्दांमध्ये सांगायचं तर शिकण्यासाठी आवश्यक असलेलं सॉफ्टवेअर आपल्याकडे नसूनसुद्धा संगणकांना किंवा एकूणच यंत्रांना सातत्यानं नव्या गोष्टी शिकणं यात शक्य होतं. याचं उत्तम उदाहरण म्हणजे एखाद्या प्रसंगी किंवा परिस्थितीत नेमका काय निर्णय घ्यायचा, याविषयी संबंधित यंत्र अंदाज बांधू शकतं. सध्याचे संगणक

अशा प्रकारे काम करत नाहीत. त्यांना आपण प्रोग्रॅमिंग करून म्हणजेच सॉफ्टवेअर पुरवून ज्या सूचना देतो, तेवढ्याच सूचना ते अमलात आणू शकतात. या सूचनांमध्ये परिस्थितीनुसार सुधारणा करणं त्यांना जमत नाही. म्हणजेच ही यंत्रं 'मशिन लर्निंग' करत नाहीत. मग 'मशिन लर्निंग'चं आपल्याला सहजपणे अनुभवता येईल असं उदाहरण कुठलं? तर आपण जेव्हा ॲमॅझॉनसारख्या वेबसाइटवर जातो, तेव्हा आपल्या आधीच्या कृतींना अनुसरून ॲमॅझॉनची वेबसाइट आपली मदत करते. उदाहरणार्थ, आपण १-२ वेळा तिथे खरेदी केली की, त्यानंतर आपल्याला काय आवडतं, याचा अंदाज घेऊन ही वेबसाइट आपल्याला बहुधा आवडतील अशा वस्तूंच्या उपलब्धतेविषयी किंवा त्यांच्याशी संबंधित असलेल्या खास ऑफर्सविषयी माहिती देते. यासाठी 'मशिन लर्निंग'ची संकल्पना वापरत असलेले संगणक त्यांच्याकडे असलेल्या जुन्या माहितीची सांगड नव्यानं उपलब्ध होत असलेल्या माहितीशी घालतात. अशी सांगड घालण्यासाठीचं सॉफ्टवेअर अर्थातच त्यांच्याकडे असतं. याचं ठळक उदाहरण 'स्पॅम मेल'च्या रूपानं देता येईल. आपल्याला नको असलेल्या; पण सातत्यानं येणाऱ्या बिनकामाच्या इमेल्स म्हणजे 'स्पॅम इमेल्स'. अशा इमेल्स आपल्याला दिसूच नयेत आणि त्या आपल्या मेलबॉक्सच्या 'इनबॉक्स'मध्ये न जाता 'स्पॅम फोल्डर'मध्ये जाव्यात यासाठी 'मशिन लर्निंग' वापरलं जातं. आपल्याला नवी इमेल आली रे आली, की आधीच्या माहितीनुसार आपल्या या नव्या इमेलमध्ये काही आक्षेपार्ह आहे का, हे 'मशिन लर्निंग'चं सॉफ्टवेअर तपासतं. असं काही सापडलं तर ही इमेल 'स्पॅम फोल्डर'मध्ये ढकलली जाते. तसंच आपल्याला आलेल्या या नव्या इमेलमध्ये आणखी काही नोंद घेण्याजोग्या गोष्टी

> आपल्याला नको असलेल्या; पण सातत्यानं येणाऱ्या बिनकामाच्या इमेल्स म्हणजे 'स्पॅम इमेल्स'. अशा इमेल्स आपल्याला दिसूच नयेत आणि त्या आपल्या मेलबॉक्सच्या 'इनबॉक्स'मध्ये न जाता 'स्पॅम फोल्डर'मध्ये जाव्यात यासाठी 'मशिन लर्निंग' वापरलं जातं. आपल्याला नवी इमेल आली रे आली, की आधीच्या माहितीनुसार आपल्या या नव्या इमेलमध्ये काही आक्षेपार्ह आहे का, हे 'मशिन लर्निंग'चं सॉफ्टवेअर तपासतं. असं काही सापडलं तर ही इमेल 'स्पॅम फोल्डर'मध्ये ढकलली जाते. तसंच आपल्याला आलेल्या या नव्या इमेलमध्ये आणखी काही नोंद घेण्याजोग्या गोष्टी असतील तर त्यांची दखलही हे सॉफ्टवेअर स्वतःला समृद्ध आणि अद्ययावत करण्यासाठी घेतं. म्हणजे पुढच्या वेळी आणखी सुधारलेलं सॉफ्टवेअर वापरता येतं.

असतील तर त्यांची दखलही हे सॉफ्टवेअर स्वत:ला समृद्ध आणि अद्ययावत करण्यासाठी घेतं. म्हणजे पुढच्या वेळी आणखी सुधारलेलं सॉफ्टवेअर वापरता येतं.

डीप लर्निंग

'डीप लर्निंग' हा 'मशिन लर्निंग'चा एक उपप्रकार मानला जातो. कृत्रिम बुद्धिमत्तेच्या विश्वात हा सगळ्यात क्लिष्ट; पण सगळ्यात मोठ्या प्रमाणावर चर्चेत असलेला विषय मानला जातो. प्रचंड मोठ्या प्रमाणावर माहितीचे साठे असूनही त्यांचा वापर सुयोग्यपणे करण्यावर या संकल्पनेचा भर असतो. यासाठी 'न्यूरल नेटवर्क्स'चा वापर केला जातो. माहितीच्या साठ्यांमध्ये 'पॅटर्न्स' हुडकणं, माहितीच्या तुकड्यांचा एकमेकांशी संबंध जोडणं, या सगळ्याचा अर्थ लावणं ही 'डीप लर्निंग'ची प्रमुख कामं असतात. साहजिकच प्रचंड माहिती आणि त्या माहितीच्या ढिगावर काम करण्यासाठी विलक्षण मोठे सॉफ्टवेअर प्रोग्रॅम्स अशी कुमक 'डीप लर्निंग'च्या मदतीला असते. माणसाच्या बोलण्याचा अर्थ लावणं, चित्रं आणि चलतचित्रं समजून घेणं, हलत्या वाहनांचा अंदाज घेणं अशा अनेक कामांसाठी हे तंत्रज्ञान सध्या वापरलं जातं. उदाहरणार्थ, फेसबुकच्या वेबसाईटवर भाषांतर करण्यासाठी डीप लर्निंग तंत्रज्ञान वापरलं जातं.

माणसाच्या बोलण्याचा अर्थ लावणं, चित्रं आणि चलतचित्रं समजून घेणं, हलत्या वाहनांचा अंदाज घेणं अशा अनेक कामांसाठी हे तंत्रज्ञान सध्या वापरलं जातं. उदाहरणार्थ, फेसबुकच्या वेबसाईटवर भाषांतर करण्यासाठी डीप लर्निंग तंत्रज्ञान वापरलं जातं.

कृत्रिम बुद्धिमत्तेचा झपाटा

कृत्रिम बुद्धिमत्तेची संकल्पना खरोखरच इतकी महत्त्वाची आहे का? तसंच हे नुसते हवेतले मनोरे आहेत, का प्रत्यक्षात या संदर्भात काही घडतं आहे? या प्रश्नांची उत्तरं देण्यासाठी गेल्या काही वर्षांमधल्या खेळ आणि इतर क्रीडाप्रकार यांच्यामधल्या फक्त काही ठळक गोष्टींची यादी बघू :

- १९९६ मध्ये आयबीएम कंपनीच्या 'डीप ब्ल्यू' संगणकानं बुद्धिबळाचा जागतिक विजेता गॅरी कॅस्परॉव्हला पराभूत केलं.
- २०११ मध्ये आयबीएमच्याच 'वॉटसन' संगणकानं 'जेपर्डी!' नावाच्या खेळातल्या सर्वोत्तम खेळाडूंना हरवलं.

- २०१६ मध्ये गुगल कंपनीच्या 'डीपमाइंड' संगणकानं 'गो' खेळामधल्या विश्वविजेत्याला नामोहरम केलं.
- २०१७ मध्ये याच 'डीपमाइंड' संगणकानं कुठलीही जास्तीची माहिती माणसाकडून न घेता स्वतःच शिकत 'गो' खेळामधली सर्वोत्तम पातळी गाठली.

चौथी औद्योगिक क्रांती

आपण आता इतिहासामधल्या चौथ्या औद्योगिक क्रांतीच्या टप्प्यात आहोत. विज्ञान-तंत्रज्ञान या क्षेत्रांमध्ये होत असलेल्या अभूतपूर्व घडामोडींमुळे येणारं जग आपल्या कल्पनेपलीकडचं असेल असं म्हटलं जातं. यामागे चौथी औद्योगिक क्रांतीच आहे. १९८०च्या दशकातल्या 'पर्सनल कम्प्युटर (पीसी)'नं आणलेल्या झपाट्यापाठोपाठ इंटरनेट आणि मोबाईल यांनी निर्माण केलेलं वादळ प्रचंड होतं. माहिती निर्माण करणं, ती साठवणं आणि तिची देवाणघेवाण करणं या गोष्टींचा प्रवास तेव्हापासून भन्नाट झाला. इतर अनेक तंत्रज्ञानांबरोबरच कृत्रिम बुद्धिमत्तेच्या तंत्रज्ञानानं या बदलांमध्ये आता अभूतपूर्व सनसनाटी निर्माण केली आहे. याखेरीज 'थ्रीडी प्रिंटिंग', 'रोबोटिक्स', 'इंटरनेट ऑफ थिंग्ज', 'नॅनोटेक्नॉलॉजी', 'बायोटेक्नॉलॉजी' आणि 'क्वांटम कम्प्युटिंग' या तंत्रज्ञानांचाही मोठा वाटा यात आहे.

आजवर घडलेल्या औद्योगिक क्रांती

पहिली औद्योगिक क्रांती	दुसरी औद्योगिक क्रांती	तिसरी औद्योगिक क्रांती	चौथी औद्योगिक क्रांती
			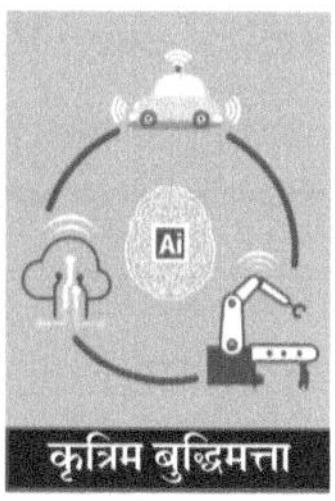
कालखंडः १८व्या आणि १९व्या शतकात. प्रामुख्यानं युरोप आणि अमेरिका इथे. पाण्याच्या वाफेवर ऊर्जानिर्मिती.	**कालखंडः** १८७०-१९१४ या काळात. प्रचंड मोठ्या प्रमाणावर औद्योगिक उत्पादन. 'असेम्ब्ली लाईन'ची संकल्पना.	**कालखंडः** १९८० पासून अजूनही सुरू. यांत्रिकीकरण, संगणक आणि इंटरनेट यांचा मोठ्या प्रमाणावर वापर.	**कालखंडः** उद्याच्या जगात. कृत्रिम बुद्धिमत्ता, यंत्रमानव, नॅनोटेक्नॉलॉजी, बायोटेक्नॉलॉजी, इंटरनेट ऑफ थिंग्ज, थ्रीडी प्रिंटिंग इत्यादी.

> अँड्र्यू एन्जी कृत्रिम बुद्धिमत्तेला 'नव्या युगाची वीज' असं म्हणतो! याचा सोपा अर्थ म्हणजे ज्याप्रकारे विजेनं इतर अनेक उद्योगांना जन्म दिला, त्याप्रमाणे कृत्रिम बुद्धिमत्ता ही इतर अनेक उद्योगांची आणि तंत्रज्ञानांची जननी ठरणार असा होतो. म्हणूनच वरच्या आकृतीत दाखवलेल्या संकल्पनांचा आणि तंत्रज्ञानांचा अभ्यास करणं उद्याच्या जगात काम मिळवण्यासाठी धडपडणाऱ्यांसाठी अत्यावश्यक ठरलं आहे.

या आकृतीच्या संदर्भात एक भाष्य करावंसं वाटतं. दुसऱ्या औद्योगिक क्रांतीमागे विजेचा मोठा हात होता. कारखान्यांमध्ये सातत्यानं वीज उपलब्ध असल्यामुळे मोठ्या प्रमाणावर वस्तूंची निर्मिती करणं शक्य झालं. याचा दाखला अँड्र्यू एन्जी हा कृत्रिम बुद्धिमत्तेच्या तंत्रज्ञानाच्या संदर्भातला तज्ज्ञ देतो. अँड्र्यू एन्जी कृत्रिम बुद्धिमत्तेला 'नव्या युगाची वीज' असं म्हणतो! याचा सोपा अर्थ म्हणजे ज्याप्रकारे विजेनं इतर अनेक उद्योगांना जन्म दिला, त्याप्रमाणे कृत्रिम बुद्धिमत्ता ही इतर अनेक उद्योगांची आणि तंत्रज्ञानांची जननी ठरणार असा होतो. म्हणूनच वरच्या आकृतीत दाखवलेल्या संकल्पनांचा आणि तंत्रज्ञानांचा अभ्यास करणं उद्याच्या जगात काम मिळवण्यासाठी धडपडणाऱ्यांसाठी अत्यावश्यक ठरलं आहे.

औद्योगिक क्रांतीमुळे जग बदललं असं आपण नेहमीच म्हणतो. अशा क्रांतीची वाटचाल सुरूच राहिली आणि आता काही जण 'चौथ्या औद्योगिक क्रांती'विषयी बोलायला लागले असल्यामुळे या वाटचालीचा जरा विस्तारानं अभ्यास करणं अगत्याचं झालं आहे. आपण परंपरागत शब्दप्रयोगानुसार जिला औद्योगिक क्रांती म्हणतो, तिला आता 'पहिली औद्योगिक क्रांती' असं म्हणतात. यात अर्थातच वाफेच्या ताकदीचा वापर करण्यात आला. यानंतर विजेचा वापर उत्पादनामध्ये केला जाण्याची सुरुवात झाली आणि यातून दुसरी औद्योगिक क्रांती घडली. यामुळे एकाच वेळी मोठ्या संख्येने वस्तू तयार करणं म्हणजेच 'मास प्रॉडक्शन' शक्य झालं. तिसऱ्या औद्योगिक क्रांतीमागे 'डिजिटल' तंत्रज्ञान होतं. म्हणजेच इलेक्ट्रॉनिक्स आणि माहिती तंत्रज्ञान यांचा वापर उत्पादन क्षेत्रात सुरू झाला. याचं पुढचं पाऊल म्हणजे अत्याधुनिक सॉफ्टवेअरचा वापर आणि यंत्रांनी चक्क एकमेकांशी संवाद साधण्यातून उत्पादनाच्या दुनियेत नवे चमत्कार घडवून आणणं. हीच आपली 'चौथी औद्योगिक क्रांती' असेल.

सध्या आपल्याकडे 'स्मार्ट सिटी'चा बोलबाला आहे. याच धर्तीवर 'स्मार्ट कारखाना' या चौथ्या औद्योगिक क्रांतीत वापरला जाईल. ऊर्जेचा आणि पाण्याचा गैरवापर टाळणं, गरजांनुसार उत्पादनाच्या दरात किंवा वस्तूंच्या रचनेत ऐन वेळी

बदल करणं, ग्राहक आणि सुटे भाग पुरवणारे पुरवठादार यांच्याशीसुद्धा गरज असेल तेव्हा संपर्क साधून अगदी शेवटच्या क्षणीसुद्धा आपल्या उत्पादनात बदल करणं अशा अभूतपूर्व गोष्टी यामुळे शक्य होतील. सुरक्षा तसेच उत्पादनाशी संबंधित असलेले बारीकसारीक निर्णय घेण्यासाठी आता मानवी हस्तक्षेपांवर अवलंबून राहण्याची गरज उरणार नाही. शक्य तिथे यंत्रंच स्वत: हा निर्णय घेऊन अमलात आणतील. म्हणजेच आधी मिळालेल्या प्रचंड माहितीच्या साठ्यांच्या आधारे विश्लेषण करणं आणि त्यानुसार मानवी तर्कबुद्धीला पटेल असा निर्णय घेणं हे यंत्रांना जमू शकेल. भौतिक आणि आभासी अशा दोन्ही विश्वांना एकत्र करून उत्पादन क्षेत्रात आमूलाग्र बदल घडवण्याची ही संकल्पना आहे.

गेली अनेक दशकं जागतिक पातळीवर उत्पादन क्षेत्रात वरचष्मा गाजवण्यासाठी चीन आणि भारत यांच्यामध्ये जोरदार स्पर्धा सुरू आहे, असे मानलं जात होतं. अर्थातच या तुलनेला तसा अर्थ नव्हता; कारण सर्वार्थानं चीनने भारताला कैक पटींनी मागे टाकलं होतं. अलीकडच्या काळात चिनी अर्थव्यवस्थेमध्ये निर्माण झालेल्या प्रश्नांनी उग्र रूप धारण केल्याच्या पार्श्वभूमीवर तसंच भारतामध्ये नेमक्या त्याच सुमाराला पंतप्रधान नरेंद्र मोदी यांनी जाहीर केलेल्या 'मेक इन इंडिया' उपक्रमामुळे अचानकपणे भारत या शर्यतीत थोडी मोठी मजल मारू शकेल, असं भाकीत काही जण करत आहेत. यामागे 'औद्योगिक क्रांती ४' चा मोठा वाटा आहे. याची कारणं तशी सहज समजण्यासारखी आहेत. एक तर चीन हा सातत्याने निर्यातप्रधान देश म्हणून पुढे येत राहिल्यामुळे तिथे अंतर्गत बाजारपेठ अजिबात नाही. साहजिकच आपली अर्थव्यवस्था सुधारण्यासाठी चीनला आपल्या अर्थव्यवस्थेमध्ये मोठे बदल करावे लागतील आणि निर्यातीवरचा भर कमी करावा लागेल. तुलनेनं भारताची निर्यात फारशी नाही आणि भारताची अंतर्गत बाजारपेठ आहे त्याहून खूप मोठी होऊ शकते. दुसरी गोष्ट म्हणजे माहिती तंत्रज्ञान क्षेत्रात भारतानं घेतलेल्या आघाडीमुळे उत्पादन क्षेत्राला त्याची जोड देणं चीनच्या तुलनेत खूप सोपे आहे. तिसरं म्हणजे चीनचा उत्पादन क्षेत्रामधला विस्तार हा प्रामुख्याने स्वस्त मनुष्यबळ वापरून आणि आपली अर्थव्यवस्था खुली न करता जगापासून ती लपवून केलेल्या चलाखीच्या आधारावर झाला आहे. साहजिकच चीनच्या या मार्गाविषयी सातत्याने शंकाकुशंका व्यक्त केल्या जातात. भारतामधले प्रश्न मात्र सगळ्यांना माहीत आहेत आणि ते सोडवण्यासाठी सरकार युद्धपातळीवर प्रयत्न करताना दिसत आहे. चौथी गोष्ट म्हणजे भारतामध्ये उत्पादन क्षेत्रावर भर दिला जाण्याची सुरुवात 'औद्योगिक क्रांती ४'च्या सुमारालाच होत असल्यामुळे त्यामधल्या

सगळ्या संकल्पना भारताला सहजपणे आत्मसात करता येतील. चिनी उत्पादन क्षेत्र मात्र परंपरागत तंत्रज्ञानावर आधारलेलं असल्यामुळे त्यात बदल करणं तितकंसं सोपं नाही. शेवटचा मुद्दा म्हणजे तेलाचे कोसळलेले भाव आणि इतर सगळ्या धातूंच्या पडलेल्या किमती यांचा फायदा भारताने ही परिस्थिती टिकेपर्यंत करून घेतला पाहिजे. 'मेक इन इंडिया'ला 'औद्योगिक क्रांती ४'मध्ये बदलण्यासाठी आंतरराष्ट्रीय पातळीवर याहून चांगली मदत मिळूच शकणार नाही, असं नक्कीच म्हणावंसं वाटतं.

जर्मनीसारख्या अत्याधुनिक तंत्रज्ञानासाठी प्रसिद्ध असलेल्या देशाबरोबर करार करून सरकारनं या दृष्टीनं सकारात्मक पावलं उचलली आहेत. हॅनोवर इथल्या या विषयावरच्या कार्यक्रमात भारतानं जर्मनीचा भागीदार देश म्हणून हजेरीही लावली. नेटानं या संदर्भात काम केल्यास खरोखर भारताच्या एकूण राष्ट्रीय उत्पन्नातला उद्योग क्षेत्राचा वाटा २५ टक्क्यांवर जाऊ शकेल आणि 'जगाचा स्मार्ट कारखाना' म्हणून आपली ओळख निर्माण होईल!

फायदे-तोटे

कृत्रिम बुद्धिमत्तेची संकल्पना अत्यंत सनसनाटी असली तरी तिचे फायदे-तोटे विचारात घेणं अत्यंत आवश्यक आहे. सर्वसाधारणपणे सगळीकडे कृत्रिम बुद्धिमत्तेच्या तंत्रज्ञानामुळे उभ्या राहणाऱ्या प्रश्नांचं खूप विवेचन होत असल्यामुळे त्याविषयी नकारात्मकता पसरल्याचं दिसतं. यात थोडंफार सत्य असलं तरी ही एकच बाजू विचारात घेणं योग्य नाही. यामुळे विनाकारण घाबरून गेल्यासारखी परिस्थिती निर्माण होत आहे हे नक्की. कृत्रिम बुद्धिमत्तेच्या तंत्रज्ञानामुळे अनेक फायदेसुद्धा होणार आहेत. त्यामधले महत्त्वाचे मुद्दे असे :

- माणसाच्या दैनंदिन आयुष्यातल्या कंटाळवाण्या आणि एकसुरी गोष्टींची कटकट कृत्रिम बुद्धिमत्तेच्या तंत्रज्ञानामुळे बऱ्यापैकी कमी होऊ शकते.
- स्वयंचलित वाहनं आणि वाहतूक व्यवस्थेमधल्या इतर अनेक सोयी यामुळे दळणवळण यंत्रणांमध्ये आमूलाग्र बदल घडून येण्याची दाट शक्यता आहे. तसंच यामुळे माणसाच्या प्रवासामधल्या अनेक गैरसोयी कमी होतील.
- उद्योजक आणि व्यावसायिक यांना कृत्रिम बुद्धिमत्तेच्या तंत्रज्ञानामुळे अनेक नव्या संधी मिळू शकतील.
- जवळपास सगळ्याच प्रकारच्या व्यवसायांमध्ये आणि कामकाजांमध्ये कृत्रिम बुद्धिमत्तेच्या तंत्रज्ञानाचे फायदे दिसायला लागतील.

याच्या जोडीला कृत्रिम बुद्धिमत्तेच्या तंत्रज्ञानामुळे निर्माण होत असलेल्या प्रश्नांचाही विचार करायला हवा :

- कृत्रिम बुद्धिमत्तेच्या तंत्रज्ञानामुळे बेरोजगारी वाढण्याची आणि अशिक्षित किंवा अप्रशिक्षित वर्गाला आणखी मोठा फटका बसण्याची दाट शक्यता.
- अनेक पारंपरिक उद्योग आणि व्यवसाय देशोधडीला लागण्याची शक्यता.
- कृत्रिम बुद्धिमत्तेचा थेट तांत्रिक प्रगतिशीलतेशी संबंध असल्यामुळे आधीच प्रगत असलेल्या देशांना याचे फायदे असमान प्रकारे मिळण्याच्या शक्यतेमुळे अतिश्रीमंत-अतिगरीब यांच्यामध्ये दरी.
- कृत्रिम बुद्धिमत्तेच्या तंत्रज्ञानाविषयी केल्या जाणाऱ्या अतिरंजित दाव्यांचा फटका याच तंत्रज्ञानाच्या प्रगतीला अवास्तव ठरल्याची भावना.

चॅटबॉट्स

'चॅटबॉट' म्हणजे काय? तर हा संगणकामध्ये चालू शकणारा एक प्रोग्रॅम असतो. माणसांशी तो संवाद साधू शकतो. गंमत म्हणजे माणसानं टाईप केलेला मजकूर त्याला बऱ्याच अंशी समजतो, तसंच माणसानं दिलेला आवाजी संदेशही त्याला कळू शकतो. उत्तरादाखल हा चॅटबॉट याच मार्गांनी त्या माणसाशी संवाद साधतो. कृत्रिम बुद्धिमत्तेच्या क्षेत्रात चंचुप्रवेश करण्यासाठी 'चॅटबॉट'ची संकल्पना अत्यंत उपयुक्त ठरत असल्याचं चित्र सगळीकडे दिसतं आहे. काही प्रकारचे चॅटबॉट्स हे कृत्रिम बुद्धिमत्तेच्या तंत्रज्ञानापासून फारकत घेऊनसुद्धा काम करू शकतात. हे लक्षात घेऊनसुद्धा एकूणच निरनिराळ्या प्रकारच्या कंपन्यांबरोबरच्या आणि संस्थांबरोबरच्या आपल्या संभाषणात चॅटबॉट्सचा वापर इथून पुढे खूप मोठ्या प्रमाणावर होणार असल्याचं दृश्य ठळकपणे समोर येतं आहे. इतकंच नव्हे तर इथून पुढे अनेक कंपन्या आपल्या ग्राहकसेवेसाठी वेबसाइट किंवा मोबाईल ॲप यांच्याहून जास्त महत्त्व चॅटबॉट्सना देतील असंही मानलं जातं. म्हणजेच सगळ्याच कंपन्या आपल्या ग्राहकांना चॅटबॉट्सद्वारे ग्राहकसेवा पुरवतील. काही गोष्टी या चॅटबॉट्सच्या आकलनाबाहेरच्या किंवा कृतीबाहेरच्या असतील. फक्त तेव्हाच ग्राहकसेवेशी संबंधित असलेल्या एखाद्या माणसाला संबंधित ग्राहकाच्या समस्येमध्ये लक्ष घालावं लागेल. तसंच ग्राहकांना कंपनीच्या ग्राहकसेवेसाठी ठरावीक फोन नंबरवर संपर्क साधण्याची गरजही उरणार नाही.

चॅटबॉट्सचा वापर करण्यामागची मुख्य संकल्पना कंपन्यांचा ग्राहकसेवेमध्ये विनाकारण होत असलेला खर्च कमी करण्याशी संबंधित आहे. बहुतेक सगळे

ग्राहक किंवा संभाव्य ग्राहक कंपन्यांना आपल्या ज्या शंका विचारतात, त्यापैकी सुमारे ८० टक्के शंका एकसारख्या असतात असं संशोधन सांगतं. म्हणजेच बहुतेक लोकांना साधारण तीच माहिती हवी असते. अशा प्रकारे तीच-ती माहिती पुरवण्यासाठी किंवा त्याच-त्या प्रकारच्या शंकांचं समाधान करण्यासाठी कंपन्यांना ग्राहकसेवा पुरवणाऱ्या लोकांची टीम उभी करावी लागते. हे लोकही ठरावीक प्रश्नांची उत्तरं देऊन कंटाळून जातात. अशा वेळी हे काम चॅटबॉट्सनी केलं तर पैसे आणि श्रम या दोन्ही गोष्टींमध्ये बचत होऊ शकते. हाच चॅटबॉट्सच्या वाढत्या लोकप्रियतेमागचा मुख्य मुद्दा आहे. शिवाय चॅटबॉट हे सॉफ्टवेअर असल्यामुळे दिवसाचे २४ तास आणि शनिवार-रविवारीसुद्धा ते काम करतं. त्याला सुट्टी नावाचा प्रकार माहीत नसतो. साहजिकच कुठल्याही ग्राहकाला कधीही आपल्या प्रश्नाचं उत्तर मिळू शकतं.

अनेकदा एखाद्या कंपनीच्या ग्राहकसेवा पुरवणाऱ्या लोकांशी संपर्क साधायचा म्हटलं की आपल्या अंगावर काटा येतो. याचं कारण म्हणजे कंपनीच्या ठरावीक क्रमांकाला फोन केला तर तो लागेलच असं खात्रीनं सांगता येत नाही. फोन लागला तरी पलीकडे ग्राहकसेवा पुरवणारी सगळी मंडळी व्यस्त असल्यामुळे आपल्याला बराच काळ फोन हातात धरून थांबावं लागतं. शिवाय तो माणूस अखेर आपल्याशी बोलायला लागला तरी आपल्याला हवी असलेली माहिती त्याच्याकडे असेलच; किंवा आपल्यासमोरची समस्या तो सोडवू शकेलच असं सांगता येत नाही. याखेरीज असंख्य पर्यायांमधून योग्य पर्यायासाठीचं बटण दाबणं, उप-पर्याय आणि त्यापुढे जाऊन उप-उप-पर्याय निवडणं असेही अत्यंत तापदायक प्रकार यात असतात. यापेक्षा चॅटबॉटशी संभाषण केव्हाही, अगदी लगेचच सुरू करता येतं.

चॅटबॉट हा कृत्रिम बुद्धिमत्तेशी संबंधित असल्यामुळे एखाद्या ग्राहकानं एकदा त्याच्याशी संपर्क साधून आपल्या प्रश्नांची उत्तरं मिळवण्याचा प्रयत्न केला, की त्यानंतर पुढच्या वेळी त्या ग्राहकाला आधी काय समस्या होती हे चॅटबॉटला समजतं. त्यानुसार तो मानवी ग्राहकसेवेच्या तुलनेत जास्त चांगली आणि तत्पर ग्राहकसेवा पुरवू शकतो. म्हणजे व्यक्तिनुरूप ग्राहकसेवा देणं आणि लोकांचे प्रश्न सोडवणं हे चॅटबॉटला हळूहळू जास्त चांगलं जमायला लागतं.

१९६६ मध्ये अमेरिकेच्या एमआयटीमध्ये संशोधन करत असलेल्या जोसेफ वाईझेनबॉम यानं 'एलिझा' नावाचा पहिला चॅटबॉट तयार केला. प्रसिद्ध नाटककार जॉर्ज बर्नार्ड शॉ याच्या 'पिग्मॅलियन' नावाच्या नाटकात एलिझा डूलिटल नावाचं एक पात्र असतं. ही एलिझा उच्चभ्रू ब्रिटिश लोकांच्या टेचातल्या संभाषणाची

नक्कल करत असते. तिच्यावरून हे नाव वाईझेनबॉमनं आपल्या चॅटबॉटला दिलं. वाईझेनबॉमनं मानसशास्त्रज्ञ वापरत असलेल्या सोप्या युक्तीचा प्रयोग या एलिझामध्ये केला होता. मनोरुग्णांशी किंवा मानसिक द्वंद्वांशी झुंजत असलेल्या लोकांशी बोलत असताना या लोकांचीच विधानं घेतात आणि त्यांना प्रश्नरूपानं विचारतात. यामुळे संभाषण सुरू राहतं. उदाहरणार्थ :

मानसिक रुग्ण : मला रडावंसं वाटतंय.
एलिझा : 'रडावंसं वाटतंय' असं तू का म्हणतोस?
मानसिक रुग्ण : माझ्या आईला मी आवडत नाही म्हणून.
एलिझा : तुझ्या कुटुंबातल्या आणखी कुणाला तू आवडत नाहीस?

यावरून एलिझा हे संभाषण पुढे कशा प्रकारे सुरू ठेवेल याचा आपल्याला अंदाज येईल. म्हणजेच समोरच्या माणसाच्या बोलण्यामधले महत्त्वाचे तपशील किंवा शब्द कोणते आहेत हे ओळखायचं आणि त्याला आधार मानून पुढचं संभाषण सुरू ठेवायचं अशी एलिझाची रचना होती. अशा प्रकारे एलिझाशी प्रायोगिक पातळीवर काही जणांनी संवाद साधल्यावर तो खरोखरच अत्यंत उपयुक्त आणि प्रभावी ठरत असल्याची त्यांची भावना झाली. यामुळे एलिझा हा चॅटबॉट खूप लोकप्रिय झाला. काही माणसं तर हा चॅटबॉट आहे हे विसरून गेले आणि तो माणूस असल्यासारखे त्यांचे त्याच्याशी भावनिक संबंध निर्माण झाले!

म्हणूनच इथून पुढे माणसं अधिकाधिक यंत्रवत होत गेली आणि यंत्र मोठ्या प्रमाणावर माणसांसारखी वागायला लागली तर आपल्याला आश्चर्य वाटायला नको!

●●●

३. कृत्रिम बुद्धिमत्तेचे निरनिराळ्या उद्योगांवर परिणाम

आजवरच्या मानवी इतिहासात झालेल्या प्रत्येक मोठ्या बदलाआधीच्या काळात त्याविषयी चिंता व्यक्त करणारी भाकितं झालेली आहेत. या बदलांमुळे आणि तंत्रज्ञानामधल्या प्रगतीमुळे अनेक लोकांची आयुष्यं उद्ध्वस्तही झालेली आहेत; पण जे प्रत्यक्षात घडलं त्याहून खूप जास्त भीती व्यक्त करण्यात आल्याचं सातत्यानं दिसून आलं आहे. बदलत्या परिस्थितीचं भान राखून आणि नव्या जगाला नेमक्या कोणत्या कौशल्यांची गरज आहे, याची जाण ठेवून वाटचाल करणारे लोक यातून मार्ग काढतातच. ज्याप्रमाणे कृत्रिम बुद्धिमत्तेच्या तंत्रज्ञानामुळे अनेक रोजगार धोक्यात किंवा संपुष्टात येतील त्याचबरोबर दुसरीकडे इतर असंख्य प्रकारचे नवे रोजगार निर्माणही होतील.

आपल्या आयुष्याशी संबंधित असलेल्या जवळपास प्रत्येक क्षेत्रावर कृत्रिम बुद्धिमत्तेच्या तंत्रज्ञानाचे विलक्षण परिणाम होणार आहेत. यातले काही परिणाम तर जाणवण्यास सुरुवातही झाली आहे. अशा बदलांचा १० प्रमुख क्षेत्रांवर होणाऱ्या परिणामांचा आढावा आपण आता घेणार आहोत.

कृत्रिम बुद्धिमत्ता आणि अर्थकारण

२०१७ मध्ये 'अ‍ॅक्सेंचर' कंपनीनं तयार केलेल्या एका अहवालानुसार बँकिंग क्षेत्रामध्ये कार्यरत असलेल्या सुमारे ७९ टक्के वरिष्ठ लोकांनी कृत्रिम बुद्धिमत्तेच्या तंत्रज्ञानाचा आपल्या दैनंदिन कामकाजावर खूप परिणाम होणार असल्याचं मत व्यक्त केलं आहे. जवळपास सगळ्याच आर्थिक व्यवहारांवर कृत्रिम बुद्धिमत्तेचे परिणाम कमी-जास्त प्रमाणात होणार यात शंका नाही. याची उदाहरणं भारतातही बघायला मिळतात. एचडीएफसी बँक, स्टेट बँक ऑफ इंडिया, आयसीआयसीआय बँक, येस बँक अशा अनेक बँकांनी तसंच विमा कंपन्या, म्युच्युअल फंड संस्था यांनी आपल्या ग्राहकसेवेसाठीच्या यंत्रणेमध्ये कृत्रिम बुद्धिमत्तेचा वापर सुरू केला आहे. या सगळ्या संस्थांच्या वेबसाइट्सच्या मुख्य पानावर याचा उल्लेख सापडतो. ग्राहकांना पडणाऱ्या सर्वसामान्य प्रश्नांची उत्तरं आता इमेल, फोन अशा माध्यमांचा वापर करून देण्याऐवजी स्वयंचलित यंत्रणांद्वारे म्हणजेच 'बॉट्स'द्वारे देण्याकडे या संस्थांचा कल दिसतो. उदाहरणार्थ, आपल्याला समजा अशा बँकेच्या सध्याच्या १ वर्षाहून जास्त काळासाठीच्या मुदतठेवीचा व्याजदर जाणून घ्यायचा असेल तर त्यासाठी आपण आपला प्रश्न संबंधित पानावर दिलेल्या चौकटीत टाईप करायचा. या प्रश्नाचं उत्तर पलीकडून कुणी माणूस देत नाही तर कृत्रिम बुद्धिमत्तेचा वापर करणारा प्रोग्रॅम म्हणजेच 'बॉट' देतो. अर्थातच हे उत्तर अगदी नेमकं किंवा अचूक

ग्राहकांना पडणाऱ्या सर्वसामान्य प्रश्नांची उत्तरं आता इमेल, फोन अशा माध्यमांचा वापर करून देण्याऐवजी स्वयंचलित यंत्रणांद्वारे म्हणजेच 'बॉट्स'द्वारे देण्याकडे या संस्थांचा कल दिसतो. उदाहरणार्थ, आपल्याला समजा अशा बँकेच्या सध्याच्या १ वर्षाहून जास्त काळासाठीच्या मुदतठेवीचा व्याजदर जाणून घ्यायचा असेल तर त्यासाठी आपण आपला प्रश्न संबंधित पानावर दिलेल्या चौकटीत टाईप करायचा. या प्रश्नाचं उत्तर पलीकडून कुणी माणूस देत नाही तर कृत्रिम बुद्धिमत्तेचा वापर करणारा प्रोग्रॅम म्हणजेच 'बॉट' देतो.

असेल असं सांगता येत नाही. काही प्रश्नांची उत्तरं अचूकपणे मिळतात; पण इतर बाबतींमध्ये असं होत नसल्यामुळे आपल्याला इतर मार्गांनी संबंधित संस्थेशी संपर्क साधावाच लागतो. जसजशी ही यंत्रणा प्रगत होत जाईल, तसतसे हे दोष दूर होतील. 'मशिन लर्निंग'ची संकल्पना वापरून या यंत्रणा अधिकाधिक सक्षम होतील. साहजिकच भविष्यात त्यांची 'बुद्धिमत्ता' आणि म्हणूनच ग्राहकांच्या प्रश्नांना शक्य तितक्या अचूकपणे उत्तरं देण्याची क्षमता यात वाढ होईल. सध्या किमान नेहमीच्या असंख्य प्रश्नांची उत्तरं देण्यासाठीचं मनुष्यबळ कमी करण्यात तरी या संस्थांना हळूहळू यश मिळायला लागलं आहे. लवकरच अशा प्रकारे ग्राहकसेवेचा ताण हलका करण्याची संकल्पना इतर क्षेत्रांमधल्या संस्थांकडूनही राबवली जाईल; हे नक्की.

गुंतवणुकीच्या संदर्भातही कृत्रिम बुद्धिमत्तेची संकल्पना आता मोठ्या प्रमाणावर राबवली जाते. कुठल्या माणसानं कोणत्या परिस्थितीत शेअर्स, म्युच्युअल फंड्स, रोखे यांच्यामधल्या कशामध्ये गुंतवणूक करावी, या सगळ्याचं प्रमाण किती असावं, नेमक्या कुठल्या योजना निवडाव्यात, या गोष्टी आता अनेकदा 'रोबोट ॲडव्हायजरी' या नावानं ओळखल्या जाणाऱ्या यंत्रणेकडून ठरवल्या जातात. रोबोट ॲडव्हायजरी ही यंत्रणा उपलब्ध असलेल्या माहितीचा वापर करून गुंतवणुकीचे सल्ले देते. म्हणजेच गुंतवणुकीसंबंधीचा आराखडा आखून देते. यात मानवी चुका, भावनिकता, पूर्वग्रह यांना थारा नसल्यामुळे ही अत्यंत निष्पक्ष स्वरूपाची संकल्पना आहे. काळानुसार ती आणखी भरभक्कम आणि परिपूर्ण होत जाणार असल्यामुळे 'आर्थिक सल्लागार' म्हणून कार्यरत असलेल्या लोकांसमोर काही काळानंतर ती समस्या म्हणून उभी ठाकेल असं काही जण म्हणतात.

> रोबोट ॲडव्हायजरी ही यंत्रणा उपलब्ध असलेल्या माहितीचा वापर करून गुंतवणुकीचे सल्ले देते. म्हणजेच गुंतवणुकीसंबंधीचा आराखडा आखून देते. यात मानवी चुका, भावनिकता, पूर्वग्रह यांना थारा नसल्यामुळे ही अत्यंत निष्पक्ष स्वरूपाची संकल्पना आहे. काळानुसार ती आणखी भरभक्कम आणि परिपूर्ण होत जाणार असल्यामुळे 'आर्थिक सल्लागार' म्हणून कार्यरत असलेल्या लोकांसमोर काही काळानंतर ती समस्या म्हणून उभी ठाकेल असं काही जण म्हणतात.

याशिवाय संभाव्य आर्थिक गुन्हे थांबवण्याच्या कामातही कृत्रिम बुद्धिमत्तेच्या संकल्पनेची मदत घेतली जाते. उदाहरणार्थ, एखाद्या माणसाच्या बँक खात्याच्या गोपनीय माहितीची समजा चोरी झाली. ही चोरी ज्या माणसानं केली आहे, तो

भामटा माणूस आता या चोरलेल्या तपशिलांच्या आधारे मूळ खातेदाराला गंडा घालण्याचा प्रयत्न करतो आहे. म्हणजेच समजा मूळ खातेदार पुण्यात आहे आणि भामटा दिल्लीत आहे, दिल्लीत भामट्यानं मूळ खातेदाराचे तपशील वापरून एका वेबसाइटवरून ऑनलाइन खरेदी करण्याचा प्रयत्न केला. अशा वेळी कृत्रिम बुद्धिमत्तेची यंत्रणा हा प्रयत्न फोल ठरवू शकते. याचं कारण म्हणजे मूळ खातेदार पुण्यात असतो, आजवरचा त्याचा एकही व्यवहार महाराष्ट्राबाहेरून झालेला नाही, त्यानं आत्तापर्यंत एकदाही ऑनलाइन व्यवहार केलेला नाही, त्याचे गेले ३ आर्थिक व्यवहार कालच पुण्यातून झालेले आहेत अशांसारख्या असंख्य गोष्टींचा वापर करून संबंधित बँकेची कृत्रिम बुद्धिमत्तेची यंत्रणा भामट्याचा हा प्रयत्न हाणून पाडू शकते. अर्थातच यात यश येईलच हे सांगता येत नाही. तसंच काही वेळा भामटा नसून तो खरा मूळ खातेदारच असू शकतो. त्यानं आत्तापर्यंत न केलेला व्यवहार प्रथमच केल्यामुळे कृत्रिम बुद्धिमत्तेच्या यंत्रणेची विनाकारण फसगत झालेली असू शकते. या शक्यतांना गृहीत धरूनसुद्धा आर्थिक भामटेगिरी रोखण्यासाठी कृत्रिम बुद्धिमत्तेचा वापर नक्कीच होऊ शकतो, असं म्हणता येईल.

या सगळ्याचा मोठा परिणाम आर्थिक क्षेत्रांमध्ये काम करत असलेल्या लोकांच्या रोजगारांवर होऊ शकतो. त्यांची कामं आता संगणकीय यंत्रणा सहजपणे करू शकायला लागल्यामुळे त्यांची गरज संबंधित संस्थांना भासत नाही. साहजिकच अशा परिस्थितीत नवी कौशल्यं जोपासण्यावाचून दुसरा पर्याय त्यांच्यासमोर नसतो. या प्रश्नाविषयी संबंधित संस्थांनी कर्मचाऱ्यांना सावध करणं, त्यांना नव्या युगात संधी मिळतील अशा प्रकारची कौशल्यं विकसित करण्यासाठी मदत करणं या गोष्टी म्हणूनच अत्यंत आवश्यक आहेत.

कृत्रिम बुद्धिमत्ता आणि प्रवास आणि वाहतूक क्षेत्र

जगातल्या सगळ्यात मोठ्या क्षेत्रांपैकी एक म्हणून वाहतूक क्षेत्राचा उल्लेख केला जातो. २०१६ मधील आकडेवारीनुसार जगभरात थेट आणि अप्रत्यक्ष अशा दोन्ही प्रकारच्या व्यवहारांचा विचार करता या क्षेत्रामधली एकूण आर्थिक उलाढाल तब्बल ७६० कोटी डॉलर्स इतकी प्रचंड असल्याचं मानलं जातं. या क्षेत्रावरही कृत्रिम बुद्धिमत्तेच्या झपाट्याचे परिणाम मोठ्या प्रमाणावर दिसून येतील.

अलीकडच्या काळात पर्यटक आणि प्रवासी आपल्या राहण्याच्या ठिकाणासाठीच्या हॉटेलचं बुकिंग करण्यासाठी गुगलवर आवाजी सूचना ('व्हॉइस कमांड') देतात. एकदा हॉटेलमध्ये गेल्यानंतर ॲमॅझॉन कंपनीचा 'ॲलेक्सा' किंवा

ॲपल कंपनीचा 'सिरी' हा यंत्रमानव प्रवाशांच्या दिमतीला असतो. त्यांना पडणारे सर्वसामान्य प्रश्न असोत; किंवा त्यांना लागणाऱ्या सुविधा असोत, हे यंत्रमानव त्यांचं काम पटदिशी करून देतात. हे यंत्रमानव दृश्य स्वरूपात नसतात. म्हणजेच ते नेहमीच्या यंत्रमानवांसारखे नसतात. त्यांचं अस्तित्व आवाजी किंवा लिखित संदेशांद्वारे जाणवतं. अमेरिकेमधल्या लास व्हेगास इथल्या विन नावाच्या हॉटेलनं आपल्या ४,७०० खोल्यांच्या हॉटेलमध्ये ॲलेक्साद्वारे ग्राहकांना सेवा पुरवण्याला सुरुवातही केली आहे.

चेहऱ्यावरून लोकांना ओळखण्यासंबंधीच्या म्हणजेच 'फेशियल रेकग्निशन' तंत्रज्ञानाच्या वापरामुळे योग्य त्या माणसांना प्रवेश मिळणं आणि अनधिकृत लोकांना अडवलं जाणं, गुन्हेगारी प्रवृत्तीची माणसं आपोआपच ओळखली जाणं अशा प्रकारच्या सोयी उपलब्ध होतील. हॉटेल्स, लोकप्रिय पर्यटनस्थळं अशा ठिकाणी चेहऱ्यावरून माणसाची ओळख पटवण्याची सोय अत्यंत उपयुक्त ठरेल. फिनलंडमधल्या 'फिन एअर' या हवाई वाहतूकसेवा कंपनीनं लोकांना त्यांच्या चेहऱ्यावरून ओळखण्यासंबंधीची सुविधा वापरण्याचा प्रयोग सुरू केला आहे. यामुळे प्रवाशांना तिकीट किंवा बोर्डिंग पास आपल्यासोबत बाळगण्याची गरजच उरणार नाही. एकूणच सुरक्षेवरचा खर्च, यामुळे जात असलेला वेळ, प्रवाशांना होत असलेली असुविधा या सगळ्या त्रासांमधून काही प्रमाणात मुक्तता मिळण्याच्या दृष्टीनं हे खूप उपयुक्त ठरेल.

स्वयंचलित; म्हणजेच चालकविरहित वाहनं हा वाहतुकीच्या संदर्भातला पुढचा मोठा चमत्कार ठरणार आहे. या संदर्भातले असंख्य प्रयोग सुरू आहेत. मोटारगाड्या, बस, टॅक्सी अशा अनेक वाहनांसाठी आता इथून पुढे चालकाची गरज भासणार नाही. यामुळे मानवी चुका होण्याची शक्यता बरीच कमी होईल. अर्थात हे तंत्रज्ञान पुरेसं विकसित होण्यासाठी थोडा काळ जावा लागेल.

स्वयंचलित; म्हणजेच चालकविरहित वाहनं हा वाहतुकीच्या संदर्भातला पुढचा मोठा चमत्कार ठरणार आहे. या संदर्भातले असंख्य प्रयोग सुरू आहेत. मोटारगाड्या, बस, टॅक्सी अशा अनेक वाहनांसाठी आता इथून पुढे चालकाची गरज भासणार नाही. यामुळे मानवी चुका होण्याची शक्यता बरीच कमी होईल. अर्थात हे तंत्रज्ञान पुरेसं विकसित होण्यासाठी थोडा काळ जावा लागेल. तसंच चालकविरहित गाड्या असल्या तरी आणीबाणीच्या परिस्थितीत चालकाकडे वाहनाचा ताबा जाण्यासाठीची

सोय करून दिली जाईल. म्हणजेच यंत्रांचा गोंधळ उडाला किंवा यंत्रांकडून चूक होत असल्याचं लक्षात आलं तर अशा वेळी मानवी चालकाकडे वाहनाची सूत्रं सोपवली जातील. लोकांना स्वतःच्या गाड्या बाळगण्याची सोयही काही प्रमाणात उरणार नाही. याचं कारण म्हणजे घरबसल्या गाड्या बुक करणं आणि या स्वयंचलित गाड्या लोकांना एकट्यानं किंवा 'शेअरिंग'वर एकीकडून दुसरीकडे घेऊन जाणं या गोष्टी घडायला लागतील. याचा परिणाम वाहनतळांवरचा ताण कमी होण्याच्या संदर्भातही दिसेल.

हॉटेल, पर्यटनस्थळं आणि इतर ठिकाणीही कृत्रिम बुद्धिमत्ता व यंत्रमानवी तंत्रज्ञानाचा वापर वाढताना दिसतो. काही हॉटेल्समध्ये तर कामकाजाचा मोठा भाग यंत्रमानवांद्वारे चालवला जातो.

कृत्रिम बुद्धिमत्ता आणि आरोग्य

कृत्रिम बुद्धिमत्तेच्या संकल्पनेचा वापर आरोग्याशी संबंधित असलेल्या सेवासुविधांवर खूप मोठ्या प्रमाणावर होणार आहे. यामुळे या क्षेत्रात आमूलाग्र बदल होणार याची चिन्हं आत्तापासूनच दिसायला लागली आहेत. लोकांना मिळणाऱ्या आरोग्यसेवांमध्ये सुधारणा आणि रोगनिदान तसंच रोगांवर उपचार या बाबतीत कृत्रिम बुद्धिमत्तेच्या तंत्रज्ञानाचा वापर वाढणार आहे. इतकी वर्षं यासाठी वापरल्या जाणाऱ्या तंत्रज्ञानामुळे आरोग्यसेवांच्या संदर्भात बऱ्याच अडचणी येत असत. आता मात्र हे चित्र बदलेल. याचं ठळक उदाहरण म्हणून आयबीएम कंपनीच्या 'वॉटसन' नावाच्या सॉफ्टवेअरचा विचार आपण करू शकतो. या सॉफ्टवेअरच्या मदतीनं घेतल्या जात असलेल्या चाचणीच्या आधारे सुमारे १,००० निरनिराळ्या प्रकारच्या कर्करोगांचं निदान होऊ शकतं. इतकंच नव्हे, तर जेव्हा याची चाचणी घेण्यात आली तेव्हा कर्करोगतज्ज्ञांनी सुचवलेले उपचार आणि वॉटसननं सुचवलेले उपचार यांच्यामध्ये ९९ टक्के वेळा पूर्ण साधर्म्य आढळलं. साहजिकच अनेक इस्पितळांमध्ये वॉटसन सॉफ्टवेअरचा वापर करण्याचा निर्णय घेण्यात आला आहे. वॉटसनखेरीज कृत्रिम बुद्धिमत्तेच्या संकल्पनेवर आधारित असलेलं दुसरं एक सॉफ्टवेअर 'डीपमाइंड' नावाच्या ब्रिटिश

लोकांना मिळणाऱ्या आरोग्यसेवांमध्ये सुधारणा आणि रोगनिदान तसंच रोगांवर उपचार या बाबतीत कृत्रिम बुद्धिमत्तेच्या तंत्रज्ञानाचा वापर वाढणार आहे. इतकी वर्षं यासाठी वापरल्या जाणाऱ्या तंत्रज्ञानामुळे आरोग्यसेवांच्या संदर्भात बऱ्याच अडचणी येत असत. आता मात्र हे चित्र बदलेल.

कंपनीनं तयार केलं आहे. २००४ साली गुगल कंपनीनं ते विकत घेतलं. या सॉफ्टवेअरनं प्रत्यक्षात नेत्रतज्ज्ञांनी केलेल्या १० लाख नेत्रतपासणींचा अभ्यास करून त्यातून नेत्ररोगांविषयीची सखोल माहिती मिळवली. आता हे सॉफ्टवेअर एखाद्या माणसाला नेत्ररोग होण्याची सुरुवात आहे का नाही, हे जवळपास खात्रीलायकरीत्या सांगू शकतं.

याच धर्तीवर इतर अनेक प्रकारच्या आरोग्यसेवांच्या, तपासणींच्या आणि उपचारांच्या संदर्भात कृत्रिम बुद्धिमत्तेचं तंत्रज्ञान वापरण्यासंबंधीचं काम सुरू आहे. यामुळे यात होणाऱ्या मानवी चुका, हस्तक्षेप, चुकीचं निदान या गोष्टी कमी होतील असं खात्रीलायकरीत्या म्हणता येईल. याखेरीज अनेक चाचण्या घरच्या घरीच करणं तसंच वैयक्तिक पातळीवर आरोग्याशी संबंधित असलेल्या गोष्टींची काळजी घेणं हेही यामुळे शक्य होतं. आपल्या स्मार्टफोनवरून यामधल्या बव्हंशी गोष्टी करणं लोकांना जमू शकेल. याखेरीज अनेक कंपन्या 'वेअरेबल' म्हणून ओळखली जाणारी उपकरणं तयार करण्याच्या शर्यतीत आहेत. यात सेन्सर्स, गॅजेट्स, स्मार्ट घड्याळं अशा प्रकारच्या अनेक गोष्टींचा समावेश होतो. ही सगळी उपकरणं संबंधितांना आपल्या स्मार्टफोनवरच्या ॲप्सशी जोडता येतात. साहजिकच आपलं आरोग्य, आपला व्यायाम, आहार, रक्तदाब, रक्तामधल्या साखरेची पातळी, हृदयाची गती, नाडीचे ठोके या सगळ्या गोष्टींचं मोजमाप करणं लोकांना शक्य होतं.

अर्थात यामध्ये एक मोठा धोकासुद्धा आहे. स्मार्टफोनवरून मिळणाऱ्या माहितीच्या आधारे लोकांनी आपल्या आरोग्याशी संबंधित असलेले महत्त्वाचे निर्णय घेणं कितपत योग्य आहे, असा प्रश्न स्वाभाविकपणे आपल्या मनात येईल. तसंच डॉक्टरकडून झालेल्या निदानांमध्ये किंवा उपचारांमध्ये काही दोष आढळले तर त्यातून मार्ग काढण्यासाठी त्यांच्याशी चर्चा करता येते किंवा इतर डॉक्टरांचा सल्ला घेता येतो. स्मार्टफोनवरच्या माहितीच्या आधारे स्वयंनिदान करणं किंवा स्वयंउपचार करणं यातून निर्माण होत असलेल्या धोक्यांच्या संदर्भात काय करायचं? याची नैतिक तसंच कायदेशीर जबाबदारी कुणाची, असा प्रश्नही निर्माण होतो.

कृत्रिम बुद्धिमत्ता आणि वाहतूक

कृत्रिम बुद्धिमत्तेवर आधारलेल्या काही सुविधांमुळे प्रवासाची संकल्पना आमूलाग्र बदलणार आहे. याच्या काही ठळक उदाहरणांचा आपण विचार करू. यामधलं पहिलं म्हणजे 'हायपर लूप' ही सुविधा भारतामध्येही काही दिवसांपासून गाजते आहे. तेस्ला कंपनीचा संस्थापक एलॉन मस्क यानं प्रथम या तंत्रज्ञानाची संकल्पना

‘हायपर लूप’ ही सुविधा भारतामध्येही काही दिवसांपासून गाजते आहे. तेस्ला कंपनीचा संस्थापक एलॉन मस्क यानं प्रथम या तंत्रज्ञानाची संकल्पना मांडली. विलक्षण वेगानं एकीकडून दुसरीकडे जाण्यासाठी हे तंत्रज्ञान उपयुक्त ठरू शकतं असं मानलं जातं. उदाहरणार्थ, मुंबई-पुणे हे अंतर पार करण्यासाठी फक्त १५ मिनिटांचा अवधी पुरेसा असेल असं ‘हायपर लूप’वाले म्हणतात. याचं कारण म्हणजे या तंत्रज्ञानात निर्वात पोकळी असलेला एक मार्ग दोन ठिकाणांदरम्यान तयार केला जातो. निर्वात पोकळीमुळे; म्हणजेच हवेचा रोध नसल्यामुळे भौतिकशास्त्राची मूलतत्त्वं सांभाळूनसुद्धा इतक्या अफाट वेगानं एकीकडून दुसरीकडे जाणं शक्य होतं.

मांडली. विलक्षण वेगानं एकीकडून दुसरीकडे जाण्यासाठी हे तंत्रज्ञान उपयुक्त ठरू शकतं असं मानलं जातं. उदाहरणार्थ, मुंबई-पुणे हे अंतर पार करण्यासाठी फक्त १५ मिनिटांचा अवधी पुरेसा असेल असं ‘हायपर लूप’वाले म्हणतात. याचं कारण म्हणजे या तंत्रज्ञानात निर्वात पोकळी असलेला एक मार्ग दोन ठिकाणांदरम्यान तयार केला जातो. निर्वात पोकळीमुळे; म्हणजेच हवेचा रोध नसल्यामुळे भौतिकशास्त्राची मूलतत्त्वं सांभाळूनसुद्धा इतक्या अफाट वेगानं एकीकडून दुसरीकडे जाणं शक्य होतं. स्वयंचलित वाहनांचे प्रयोग तर अमेरिकेत प्रचंड मोठ्या प्रमाणावर सुरू आहेत. यात फक्त प्रवासी गाड्यांचा समावेश नसून सामानाची वाहतूक करणारे ट्रक्स तसंच इतर वाहनंही स्वयंचलित म्हणजेच वाहकविरहित असावीत यासाठी अनेक कंपन्यांनी कंबर कसली आहे.

कृत्रिम बुद्धिमत्ता आणि व्यापार

ॲमेझॉन कंपनी ही कृत्रिम बुद्धिमत्तेची संकल्पना वापरून व्यापाराच्या संदर्भात मोठी खळबळ माजवून देणारी कंपनी ठरली आहे. सुरुवातीला फक्त पुस्तकांची ऑनलाइन विक्री करण्याची संकल्पना रुजवणाऱ्या ॲमेझॉननं आता अनेक प्रस्थापित कंपन्यांचं आणि उद्योगांचं अस्तित्व धोक्यात आणलं आहे. याचं पुढचं पाऊल म्हणजे २०१६ मधील डिसेंबर महिन्यात ॲमेझॉननं जवळपास कर्मचारीविरहित असलेलं किराणा मालाचं दुकान सुरू केलं आहे. याची सुरुवात प्रायोगिक स्वरूपाची असली तरी लवकरच अशा प्रकारची दुकानं ॲमेझॉन मोठ्या प्रमाणावर सुरू करेल आणि ‘वॉलमार्ट’सारख्या तुल्यबळ प्रतिस्पर्ध्यांना जेरीला आणेल, अशी भाकितं केली

जातात. दुकानात कर्मचारीच नसणं म्हणजेच प्रचंड मोठ्या प्रमाणावर खर्चात कपात करणं. अशा दुकानांमध्ये ग्राहकानं कुठल्याही कप्प्यातून एखादी वस्तू काढली की कृत्रिम बुद्धिमत्तेच्या तंत्रज्ञानामुळे ते संबंधित यंत्रणेला समजतं. जेव्हा या वस्तू घेऊन संबंधित माणूस दुकानातून बाहेर पडायला लागतो, तेव्हा त्यानं या वस्तू विकत घेतल्या असं गृहीत धरून संबंधित यंत्रणा त्याच्या नावानं पावती तयार करते आणि क्रेडिट कार्ड किंवा तत्सम मार्गांनी पैसे वसूल करते. यासाठी मुळात दुकानात प्रवेश करताना ग्राहकाला आपली ओळख या यंत्रणेला पटवून द्यावी लागते. अर्थातच हे सगळं सहजपणे आणि कुठेही मानवी हस्तक्षेप करावा न लागता घडत असल्यामुळे त्यात फारशी अडचण येत नाही.

याखेरीज इतर अनेक कामांमध्ये आता यंत्रमानव दुकानांमध्ये मदत करतात. यात वस्तूंचा साठा संपत आल्यावर आपोआप या वस्तूंची खरेदी करण्यासाठीची यादी बनवणं किंवा त्यासाठीची ऑर्डरच देऊन टाकणं, दुकान बंद असतानाच्या वेळेत दुकानाची साफसफाई करणं, ग्राहकांना खरेदी करत असताना मदत करणं अशा प्रकारची कामं करणारे यंत्रमानव आता अनेक ठिकाणी वापरले जातात. 'वॉलमार्ट'मध्ये याची सुरुवात होताना दिसते. अशी कामं करण्याच्या बाबतीत यंत्रमानव हे माणसापेक्षा ५० टक्के जास्त क्षमतेचे असतात असं या कंपनीचा तत्कालीन प्रमुख जेरेमी किंग म्हणाला. एकूणच नजीकच्या भविष्यात आपल्याला बहुतेक सगळ्या दुकानांमध्ये स्वयंचलित आणि यंत्रमानवी यंत्रणा मुख्य काम करताना आणि त्यांना फक्त गरज असेल त्याठिकाणी माणूस मदत करताना दिसेल असं मानलं जातं.

> लिखाणामध्ये नेमकं काय असल्यामुळे ते लोकांना आवडतं किंवा महत्त्वाचं ठरतं, याचा अभ्यास हे तंत्रज्ञान करतं आणि त्या अनुषंगानं आपण तयार करत असलेल्या मजकुरामध्येही हे मुद्दे अंतर्भूत असण्यासंबंधीची काळजी घेतं. तसंच ठरावीक मजकुराचा वाचकवर्ग कोण असेल, यानुसारही मजकुराची शैली, त्यामधले मुद्दे, विस्तार हे सगळं कृत्रिम बुद्धिमत्तेच्या तंत्रज्ञानाला ठरवता येतं.

कृत्रिम बुद्धिमत्ता आणि पत्रकारिता

खरं म्हणजे पत्रकारिता आणि कृत्रिम बुद्धिमत्ता यांचा काय संबंध, असं बऱ्याच जणांना वाटेल. पत्रकाराला माहिती शोधावी लागते, त्यावर संस्कार करून लिहावं लागतं. असं असूनही कृत्रिम बुद्धिमत्तेच्या तंत्रज्ञानाला आता माहिती शोधणं आणि त्या माहितीच्या आधारे सुसंगत लिखाण करणं जमू शकतं असं लक्षात आलं आहे. या संदर्भातलं 'वर्डस्मिथ' नावाचं एक

सॉफ्टवेअर आता उपलब्ध झालं आहे. यामधला महत्त्वाचा मुद्दा म्हणजे 'मशिन लर्निंग'ची संकल्पना त्यात वापरली जाते. लिखाणामध्ये नेमकं काय असल्यामुळे ते लोकांना आवडतं किंवा महत्त्वाचं ठरतं, याचा अभ्यास हे तंत्रज्ञान करतं आणि त्या अनुषंगानं आपण तयार करत असलेल्या मजकुरामध्येही हे मुद्दे अंतर्भूत असण्यासंबंधीची काळजी घेतं. तसंच ठरावीक मजकुराचा वाचकवर्ग कोण असेल, यानुसारही मजकुराची शैली, त्यामधले मुद्दे, विस्तार हे सगळं कृत्रिम बुद्धिमत्तेच्या तंत्रज्ञानाला ठरवता येतं. कविता आणि कादंबऱ्या अशा लेखनप्रकारांकडे कृत्रिम बुद्धिमत्तेच्या तंत्रज्ञानाला वळायला अजून वेळ लागेल असं मानलं जात असलं तरी जपानमध्ये या तंत्रज्ञानाचा वापर करून लिहिल्या गेलेल्या एका कादंबरीला त्या वर्षीचा पुरस्कार मिळण्याची दाट शक्यता निर्माण झाली होती!

कृत्रिम बुद्धिमत्ता आणि शिक्षण

कुठलाही अभ्यासक्रम ढोबळपणे शिकवला जाण्याऐवजी प्रत्येक विद्यार्थ्याची समज, जाण, सध्याची पातळी या गोष्टी विचारात घेऊन कृत्रिम बुद्धिमत्तेचं तंत्रज्ञान त्यानं नक्की कोणत्या गतीनं शिकलं पाहिजे, याविषयीचा आराखडा तयार करू शकतं. सध्याच्या शिक्षणपद्धतीत काही विद्यार्थी झपाट्यानं पुढे जातात; पण इतर बरेच जण प्रवाहाच्या मागे पडतात. ही अडचण कृत्रिम बुद्धिमत्तेचं तंत्रज्ञान दूर करू शकतं. खरोखरच विद्यार्थिकेंद्रित आणि वैयक्तिक पातळीपर्यंत पोहोचू शकणारं शिक्षण यामुळे मिळू शकेल. एखादा अभ्यासक्रम शिकवण्यासाठी दर वेळी मानवी शिक्षकच असला पाहिजे अशा प्रकारची गरजही काही प्रमाणात उरणार नाही. यंत्रमानव अभ्यासक्रम 'शिकवू' शकतील. इतकंच नव्हे तर विद्यार्थ्यांच्या बऱ्याच शंकांचं ते निरसनही करू शकतील. काही अतिक्लिष्ट किंवा अपवादात्मक परिस्थितींमध्येच तज्ज्ञ माणसाची गरज भासेल. यामुळे शिक्षणासाठी येणारा खर्च कमी होण्याची दाट शक्यता आहे. तसंच शिक्षण खेडोपाडी नेणं आणि तिथल्या विद्यार्थ्यांनी विनाकारण शहरांमध्ये स्थलांतरित व्हायचं टळणं असे फायदेही मिळू शकतील. शिक्षणाच्या सगळ्या सोयी टॅब्लेट संगणक किंवा स्मार्टफोन यांच्यावर उपलब्ध होणार असल्यामुळे घरबसल्या

सध्याच्या शिक्षणपद्धतीत काही विद्यार्थी झपाट्यानं पुढे जातात; पण इतर बरेच जण प्रवाहाच्या मागे पडतात. ही अडचण कृत्रिम बुद्धिमत्तेचं तंत्रज्ञान दूर करू शकतं. खरोखरच विद्यार्थिकेंद्रित आणि वैयक्तिक पातळीपर्यंत पोहोचू शकणारं शिक्षण यामुळे मिळू शकेल.

केव्हाही आणि कुठूनही एखादा माणूस विद्यार्थ्याच्या भूमिकेत शिरू शकेल. फक्त फळा-खडू प्रकारचं शिक्षण घेण्याऐवजी व्हीडिओ, ॲनिमेशन अशा संकल्पना वापरून अवघड गोष्टी सोप्या होऊ शकतील.

कृत्रिम बुद्धिमत्ता आणि शेती

शेतीमध्ये कृत्रिम बुद्धिमत्तेच्या तंत्रज्ञानाचा खूप उपयोग होऊ शकतो. पिकावर लक्ष ठेवण्यासाठी ड्रोन्सचा वापर होऊ शकतो. ड्रोन्सच्या यंत्रणेमध्ये कृत्रिम बुद्धिमत्ता वापरली जाते.

जगभरातल्या पाण्याच्या एकूण वापरापैकी ७० टक्के वापर शेतीसाठी होतो. शेतीमध्ये कृत्रिम बुद्धिमत्तेच्या तंत्रज्ञानाचा खूप उपयोग होऊ शकतो. पिकावर लक्ष ठेवण्यासाठी ड्रोन्सचा वापर होऊ शकतो. ड्रोन्सच्या यंत्रणेमध्ये कृत्रिम बुद्धिमत्ता वापरली जाते. याखेरीज ठरावीक जमिनीच्या परिस्थितीवर लक्ष ठेवण्यासाठीसुद्धा हे उपयुक्त ठरू शकतं. स्वयंचलित ट्रॅक्टर्सचा वापर केल्यामुळे मनुष्यबळात कपात शक्य होते. तसंच मानवी श्रमांमधून सूट मिळू शकते. या ट्रॅक्टर्सना जोडलेल्या सेन्सर्समुळे जमिनीची आर्द्रता आणि तिचे इतर गुणधर्म याविषयीची माहिती संकलित करणं खूप सोपं होतं. याचा शेतकऱ्यांना फायदा होणार, हे वेगळं सांगायला नको. याखेरीज शेतजमीन किंवा सूर्यप्रकाश यांच्या अनुपलब्धतेअभावी शेती करणं शक्य नसल्याचा प्रश्न 'उभी शेती' करून सुटू शकतो. यात कृत्रिम बुद्धिमत्तेचा केला जातो. यामुळे जगभरातल्या अन्नधान्याच्या कमतरतेचा प्रश्न बऱ्याच अंशी सुटू शकतो.

कृत्रिम बुद्धिमत्ता आणि करमणूक

आयबीएमच्या 'वॉटसन' या कृत्रिम बुद्धिमत्तेशी संबंधित असलेल्या सॉफ्टवेअरनं 'मॉर्गन' नावाच्या एका चित्रपटाचा 'ट्रेलर' पूर्णत: स्वतंत्रपणे तयार केला आहे. यासाठी ज्या चित्रपटाचा ट्रेलर तयार करण्यात आला त्यासारख्या सुमारे १०० चित्रपटांच्या ट्रेलर्सविषयीची माहिती वॉटसनला पुरवण्यात आली. यामुळे लोकांना आकर्षित करू शकणाऱ्या ट्रेलरची निर्मिती करायची तर त्यात कोणकोणते घटक असले पाहिजेत, हे वॉटसनला समजलं. वॉटसननं तयार केलेला हा ट्रेलर कृत्रिम बुद्धिमत्तेच्या सॉफ्टवेअरनं तयार केलेला असून तो मानवी तंत्रज्ञांनी बनवलेला नाही, असं बघून वाटतसुद्धा नाही.

अनेक ठिकाणी उपस्थित असलेल्या प्रेक्षकांच्या चेहऱ्यावरचे हावभाव टिपून त्यानुसार त्यांच्या भावना समजून घेण्याचं कामही आता कृत्रिम बुद्धिमत्तेचं तंत्रज्ञान

करतं. यामुळे आपण तयार केलेल्या चित्रपटांना किंवा करमणुकीच्या इतर कार्यक्रमांना प्रेक्षकांचा प्रतिसाद कसा आहे, हे संबंधित निर्मात्याला समजू शकतं. त्यानुसार भविष्यातल्या योजना आखण्यामध्ये मदत मिळू शकते.

२०१६ मधील सप्टेंबर महिन्यात 'सोनी' कंपनीनं ठरावीक संकल्पना वापरून आपण आता कृत्रिम बुद्धिमत्तेच्या साहाय्यानं संगीताचे आल्बम्स तयार करू शकणार असल्याचं जाहीर केलं. यासाठी कृत्रिम बुद्धिमत्तेच्या तंत्रज्ञानानं संगीताचे सुमारे १३,००० नमुने तपासले. इथून पुढे अशा प्रकारे संगीत कृत्रिमरीत्या तयार करण्यासंबंधीची युक्ती मोठ्या प्रमाणावर वापरली जाईल यात शंका नाही. सर्वसामान्यपणे करमणुकीच्या क्षेत्रात लोकांमधलं कौशल्य आणि त्यांची कल्पनाशक्ती या गोष्टी महत्त्वाच्या मानल्या जातात. साहजिकच त्यात कृत्रिम बुद्धिमत्तेच्या तंत्रज्ञानाला फारसं स्थान मिळणार नाही असं सगळ्यांना वाटतं. प्रत्यक्षात मात्र कृत्रिम बुद्धिमत्तेच्या तंत्रज्ञानाचा अत्यंत चतुराईनं मोठ्या प्रमाणावर वापर करणं शक्य होईल असं दिसतं.

सर्वसामान्यपणे करमणुकीच्या क्षेत्रात लोकांमधलं कौशल्य आणि त्यांची कल्पनाशक्ती या गोष्टी महत्त्वाच्या मानल्या जातात. साहजिकच त्यात कृत्रिम बुद्धिमत्तेच्या तंत्रज्ञानाला फारसं स्थान मिळणार नाही असं सगळ्यांना वाटतं. प्रत्यक्षात मात्र कृत्रिम बुद्धिमत्तेच्या तंत्रज्ञानाचा अत्यंत चतुराईनं मोठ्या प्रमाणावर वापर करणं शक्य होईल असं दिसतं.

कृत्रिम बुद्धिमत्ता आणि शासनव्यवस्था

काही चित्रपटांमध्ये यापूर्वी पोलिस यंत्रणांनी भविष्यात घडू शकणाऱ्या गुन्ह्यांविषयी अंदाज बांधणं आणि अशा संभाव्य घटना रोखणं अशा प्रकारची कामं केल्याचं दाखवलं आहे. अर्थातच यात कृत्रिम बुद्धिमत्तेच्या तंत्रज्ञानाचा वापर केलेला असतो. उदाहरणार्थ, टॉम क्रूझची प्रमुख भूमिका असलेल्या 'मायनॉरिटी रिपोर्ट' या चित्रपटात अशा प्रकारचे प्रसंग आढळतात. ते अतिरंजित आहेत हा मुद्दा वगळूनसुद्धा भविष्यात पोलिस यंत्रणांना संभाव्य गुन्ह्यांच्या संदर्भात योग्य ती कारवाई करणं जमू शकेल असं वाटतं. गुन्ह्यांचे प्रकार, त्यांचं स्वरूप, त्यांची तीव्रता, वारंवारिता, निरनिराळ्या गुन्ह्यांमधले साम्य आणि त्यांच्यामधले फरक या सगळ्या गोष्टी समजून घेऊन त्यानुसार अंदाज बांधण्याची क्षमता कृत्रिम बुद्धिमत्तेच्या संकल्पनेत नक्कीच येऊ शकते. अशा प्रकारचं 'ग्रेडपोल' नावाचं सॉफ्टवेअर आता उपलब्धही झालं

सर्वसामान्य प्रकारच्या सरकारी कामांमध्ये तर कृत्रिम बुद्धिमत्तेच्या तंत्रज्ञानाचा वापर असंख्य प्रकारे होऊ शकतो. अगदी कंटाळवाण्या प्रकारच्या आणि तोचतोचपणा असलेल्या कामांपासून निर्णयक्षमता गरजेची असलेल्या गोष्टींपर्यंत याचा आवाका आहे.

आहे. निरनिराळ्या प्रकारची माहिती संकलित करून हे सॉफ्टवेअर भविष्यातल्या गुन्ह्यांसंबंधीचे अंदाज वर्तवतं. अर्थातच पोलिस विभाग आणि गृहखातं यांच्यासाठी हा अक्षरश: अमूल्य ठेवाच आहे. अर्थात यामधला एक मोठा धोका म्हणजे अल्पसंख्याक किंवा ठरावीक समूहातले लोक यांच्याविषयीचे पूर्वग्रह आणखी घट्ट होण्याचा आहे. आधीपासूनच अशा प्रकारचे गैरसमज पसरलेले असतात. ते कृत्रिम बुद्धिमत्तेच्या तंत्रज्ञानाचा अयोग्यरीत्या वापर करून आणखी वाढण्याची दाट शक्यता असते.

सर्वसामान्य प्रकारच्या सरकारी कामांमध्ये तर कृत्रिम बुद्धिमत्तेच्या तंत्रज्ञानाचा वापर असंख्य प्रकारे होऊ शकतो. अगदी कंटाळवाण्या प्रकारच्या आणि तोचतोचपणा असलेल्या कामांपासून निर्णयक्षमता गरजेची असलेल्या गोष्टींपर्यंत याचा आवाका आहे. यामुळे अकुशल नोकरदारांच्या नोकऱ्यांवर गदा येऊ शकते. याची दुसरी बाजू म्हणजे विनाकारण खर्च होत असलेल्या सरकारी रकमेत मोठी घट होऊ शकते. तसंच सरकारी कामांमध्ये होत असलेली दिरंगाई बऱ्याच अंशी कमी होऊ शकते.

कृत्रिम बुद्धिमत्ता आणि रोजगार

कृत्रिम बुद्धिमत्तेच्या आणि यंत्रमानवांच्या तंत्रज्ञानात जसजशी प्रगती होत जाईल, तसतसे मानवी रोजगार कमी होत जातील अशी रास्त भीती अनेकदा व्यक्त केली जाते. ही तंत्रज्ञानं माणसाला पर्याय ठरू शकतील आणि स्वाभाविकपणे माणसांना नोकऱ्या मिळणं कठीण होऊन बसेल असा यामागचा अंदाज आहे. कार्ल बेनोडक्ट फ्रे आणि मायकेल ऑसबोर्न यांनी तयार केलेल्या 'द फ्यूचर ऑफ एम्प्लॉयमेंट' नावाच्या अहवालात याविषयी केलेल्या भाष्याचं उदाहरण अनेकदा दिलं जातं. या अहवालानं मांडलेला अंदाज धक्कादायक आहे. पुढच्या २ दशकांमध्ये कृत्रिम बुद्धिमत्तेशी संबंधित असलेल्या तंत्रज्ञानामुळे अमेरिकेमधल्या एकंदर तब्बल ४७ टक्के लोकांचे रोजगार धोक्यात येतील असं त्यात म्हटलेलं आहे! याखेरीज मॅकेन्स्की ग्लोबल इन्स्टिट्यूटनं तयार केलेल्या 'अ फ्यूचर दॅट वर्क्स' नावाच्या अहवालात २०५५ पर्यंत आपल्या नेहमीच्या कामांपैकी जवळपास निम्मी कामं कुठल्या ना कुठल्या प्रकारे यंत्रमानवांकरवी पार पाडली जातील, असं भाकित केलं

आहे. याच संस्थेच्या दुसऱ्या एका अहवालामध्ये २०३० पर्यंत ४०-८० कोटी जणांचे रोजगार कृत्रिम बुद्धिमत्तेला बळी पडतील असं लिहिलेलं आहे.

साहजिकच लोकांनी भविष्यात येऊ घातलेल्या या संकटाचा सामना करण्यासाठी नवी कौशल्यं संपादित करणं अत्यंत गरजेचं आहे. वैयक्तिक पातळीवर प्रत्येकाला हे साध्य होऊ शकणं अवघड असल्यामुळे सरकारी पातळीवर यासाठी खूप प्रयत्न करणं आवश्यक आहे. नजीकच्या भविष्यात अशा प्रकारची आव्हानं आपल्यासमोर उभी ठाकणार, हे अगदी नक्की. काही जणांना या आव्हानांची प्रमाणापलीकडे भीती वाटते हेही नमूद केलं पाहिजे. आजवरच्या मानवी इतिहासात झालेले मोठे बदल गेल्या काही शतकांमधलेच आहेत. अशा प्रत्येक बदलाआधीच्या काळात या बदलांविषयी चिंता व्यक्त करणारी भाकितं झालेलीच आहेत. या बदलांमुळे आणि तंत्रज्ञानामधल्या प्रगतीमुळे अनेक लोकांची आयुष्यं उद्ध्वस्तही झालेली आहेत; पण जे प्रत्यक्षात घडलं त्याहून खूप जास्त भीती व्यक्त करण्यात आल्याचं सातत्यानं दिसून आलं आहे. म्हणजेच बदलत्या परिस्थितीचं भान राखून आणि नव्या जगाला नेमक्या कोणत्या कौशल्यांची गरज आहे, याची जाण ठेवून वाटचाल करणारे लोक यातून मार्ग काढतातच. ज्याप्रमाणे कृत्रिम बुद्धिमत्तेच्या तंत्रज्ञानामुळे अनेक रोजगार धोक्यात किंवा संपुष्टात येतील त्याचबरोबर दुसरीकडे इतर असंख्य प्रकारचे नवे रोजगार निर्माणही होतील.

ज्याप्रमाणे कृत्रिम बुद्धिमत्तेच्या तंत्रज्ञानामुळे अनेक रोजगार धोक्यात किंवा संपुष्टात येतील त्याचबरोबर दुसरीकडे इतर असंख्य प्रकारचे नवे रोजगार निर्माणही होतील.

आता कृत्रिम बुद्धिमत्तेच्या तंत्रज्ञानामुळे नेमके कोणत्या प्रकारचे रोजगार धोक्यात येतील, हे कसं ठरवायचं? अर्थातच याविषयी अगदी ठाम भाकित करणं अशक्य असलं तरी आपण काही खुणगाठी तरी नक्कीच बांधू शकतो. तैवानमधला यशस्वी उद्योजक आणि भविष्यवेत्ता डॉक्टर कै-फू ली याचं या संदर्भातलं 'जे काम करण्यासाठी ५ सेकंदांहून कमी काळ विचार करावा लागतो असं प्रत्येक काम यंत्रमानव सहजपणे करू शकेल' हे विधान मार्गदर्शक ठरावं. 'राईझ ऑफ द रोबोट्स' या पुस्तकाचा लेखक मार्टीन फोर्ड 'पुन्हापुन्हा यांत्रिक प्रकारे केली जाणारी आणि सहजसोपी अशी सगळीच्या सगळी कामं भविष्यात यंत्रमानवांकडे सोपवली जातील यात शंका नाही' असं म्हणतो. यामधला एक महत्त्वाचा मुद्दा म्हणजे अकुशल स्वरूपाची कामं करणारे लोक; म्हणजेच कामगार, मजूर, रोजंदारीवर काम करणारे लोक अशा प्रकारच्या लोकांना कृत्रिम बुद्धिमत्ता आणि यंत्रमानव

यांच्याकडून मोठा धोका असल्याचं मानलं जातं. हे खरं असलं तरी ज्या प्रकारच्या कामांमध्ये शारीरिक कष्ट नसूनही माहितीचं पृथक्करण करणं, तिचं वर्गीकरण करणं अशा प्रकारची कौशल्यं लागतात, अशीही कामं कृत्रिम बुद्धिमत्तेच्या तंत्रज्ञानाकडे सोपवली जातील, असं चित्र दिसतं आहे. या कामांमध्येसुद्धा ठरावीक प्रकारच्या कृती वारंवार करणाऱ्या लोकांची जंत्री असते. त्यांचे रोजगार कृत्रिम बुद्धिमत्तेच्या तंत्रज्ञानामुळे धोक्यात येण्याची दाट शक्यता आहे. याचं ठळक उदाहरण म्हणजे अर्थक्षेत्रातली मातब्बर कंपनी गोल्डमन सॅक. या कंपनीच्या न्यूयॉर्कमधल्या शाखेत शेअर्सची खरेदी-विक्री करण्याच्या कामासाठी ६०० लोक नेमण्यात आले होते. आता मात्र हेच काम कृत्रिम बुद्धिमत्तेच्या साहाय्यानं करणारे यंत्रमानव तिथे करतात. त्यांना येणाऱ्या अडचणी सोडवण्यासाठी तिथे फक्त २ माणसं आहेत. याच्या जोडीला अगदी सुरुवातीला कृत्रिम बुद्धिमत्तेच्या तंत्रज्ञानाचा फटका बहुधा वाहतूक आणि दळणवळण क्षेत्रांमधल्या रोजगारांना बसेल. स्वयंचलित म्हणजेच चालकविरहित गाड्यांचा प्रभाव वाढला की आपोआपच चालकांची आणि एकूणच वाहतूक क्षेत्राशी संबंधित असलेल्या रोजगारांची संधी कमी होत जाईल. तसंच कारखान्यामधले कामगार, साफसफाई कर्मचारी, रेस्तराँमधले कर्मचारी अशा कामांमध्येही यंत्रमानव माणसांची जागा घ्यायला लागतील.

ऑक्सफर्ड विद्यापीठानं कोणत्या प्रकारच्या कामांमध्ये कृत्रिम बुद्धिमत्तेमुळे मानवी रोजगार जाण्याची शक्यता कमी असेल याविषयीचे अंदाज बांधले आहेत. अशा प्रकारच्या कामांना या संस्थेनं हात-पाय वापरणं गरजेचं असलेली कामं, कल्पनाशक्ती वापरावी लागेल अशी कामं आणि सामाजिक/भावनिक छटा असलेली कामं अशा ३ गटांमध्ये विभागलं आहे. हे समजण्यासाठी या ३ गटांमधली काही उदाहरणं बघू :

हात-पाय वापरणं गरजेचं असलेली कामं	**कल्पनाशक्ती वापरावी लागेल अशी कामं**	**सामाजिक/भावनिक छटा असलेली कामं**
दंतवैद्यक, मेकअप करणारे कलाकार, अग्निशमन दलातले किंवा आपत्कालिन प्रसंगात काम करणारे लोक	नृत्य बसवणारे लोक, कलादिग्दर्शक, नव्यानं संगीत तयार करणारे लोक	मानसिक आरोग्याशी संबंधित असलेले लोक, नर्स, धार्मिक कार्याशी संबंधित असलेले लोक

भविष्यात टिकाव धरायचा असेल तर आपण काय करायला हवं, याचा अंदाज आपल्याला या प्रकरणातून आला असेल, असे वाटते!

●●●

४. कृत्रिम बुद्धिमत्तेचे अंतरंग

आपल्या डोक्यातल्या मेंदूप्रमाणे संगणकाच्या आत 'सेंट्रल प्रोसेसिंग युनिट (सीपीयू)' असतं. संगणकाचा हा मेंदू आता अत्यंत ताकदीचा झाला असून एका सेकंदात अब्जावधी कामं फटाफट करू शकतो. इलेक्ट्रॉनिक्सच्या क्षेत्रात सातत्यानं होत राहिलेल्या सुधारणांमुळे हे शक्य झालं आहे. इलेक्ट्रॉनिक उपकरणं आकारानं छोटी, किमतीनं अधिकाधिक स्वस्त आणि क्षमतेनं वाढत जाणारी होत गेल्यामुळे आताचे सीपीयू अत्यंत कार्यक्षम असतात. त्यांना दिलेल्या सूचना ते विलक्षण वेगानं अमलात आणू शकतात. याचा कृत्रिम बुद्धिमत्तेच्या तंत्रज्ञानाला प्रचंड फायदा होतो. कारण कृत्रिम बुद्धिमत्तेच्या कामकाजामधला सगळ्यात ठळक मुद्दा असतो संगणकांनी त्यांच्यासमोर ठेवलेल्या प्रश्नांची उकल करणे.

'कृत्रिम बुद्धिमत्ता' म्हणजेच 'आर्टिफिशियल इंटेलिजन्स (एआय)' या संकल्पनेची आणखी एक व्याख्या म्हणजे माणूस, प्राणी आणि यंत्र यांच्या बुद्धिमत्तेचा अभ्यास करायचा आणि अशा प्रकारची बुद्धी आपल्याला हव्या असलेल्या यंत्रामध्ये किंवा इतर कशातही निर्माण करायची असं आपण म्हणू शकतो. आजवरच्या मानवी इतिहासामधली अत्यंत रोमांचकारक आणि तितकीच क्लिष्ट, अवघड अशी ही संकल्पना आहे. १९९७ साली आयबीएम कंपनीनं तयार केलेल्या 'डीप ब्ल्यू' नावाच्या संगणकानं बुद्धिबळाचा विश्वविजेता गॅरी कॅस्परॉव्हला हरवून सनसनाटी निर्माण केली होती. मुळात खेळात माणसाला यंत्र हरवू शकेल ही कल्पनाच बहुतेक सगळ्यांच्या आवाक्याबाहेरची होती. त्यात बुद्धीच्या खेळात आणि तेही कॅस्परॉव्हला हरवणं म्हणजे माणसानं यंत्रापुढे शरणागती पत्करण्यासारखंच होतं. तेव्हा हे अशक्यप्राय वाटत असलं तरी आताच्या तंत्रज्ञानानुसार संगणक माणसांना अगदी नियमितपणे

> आपल्या डोक्यात मेंदू असतो तसं संगणकाच्या आत 'सेंट्रल प्रोसेसिंग युनिट (सीपीयू)' असतं. हाच संगणकाचा मेंदू. संगणकाचा हा मेंदू आता अत्यंत ताकदीचा झाला आहे. म्हणजेच एका सेकंदात कोट्यवधीच नव्हे तर अब्जावधी कामं तो फटाफट करू शकतो.

आणि सहजतेनं बुद्धिबळात हरवत असल्याचं दिसून येतं.

आता यंत्रं विचार करतात म्हणजे नक्की काय, या प्रश्नाकडे वळू. आपल्या डोक्यात मेंदू असतो तसं संगणकाच्या आत 'सेंट्रल प्रोसेसिंग युनिट (सीपीयू)' असतं. हाच संगणकाचा मेंदू. संगणकाचा हा मेंदू आता अत्यंत ताकदीचा झाला आहे. म्हणजेच एका सेकंदात कोट्यवधीच नव्हे तर अब्जावधी कामं तो फटाफट करू शकतो. यामागचं रहस्य म्हणजे इलेक्ट्रॉनिक्सच्या क्षेत्रात सातत्यानं होत राहिलेल्या सुधारणा हे आहे. इलेक्ट्रॉनिक उपकरणं आकारानं छोटी, किमतीनं अधिकाधिक स्वस्त आणि क्षमतेनं वाढत जाणारी होत गेल्यामुळे आताचे सीपीयू अत्यंत कार्यक्षम असतात. त्यांना दिलेल्या सूचना ते विलक्षण वेगानं अमलात आणू शकतात. याचा कृत्रिम बुद्धिमत्तेच्या तंत्रज्ञानाला प्रचंड फायदा होतो. याचं मुख्य कारण म्हणजे कृत्रिम बुद्धिमत्तेच्या कामकाजामधला सगळ्यात ठळक मुद्दा संगणकांनी त्यांच्यासमोर ठेवलेल्या प्रश्नांची उकल करण्याचा असतो. संगणक त्यांना आपण दिलेलं काम कसं पार पाडतात? खरं म्हणजे संगणक अक्षरशः बिनडोक गुलाम असतात. आपण संगणकांना ज्या सूचना देऊ, त्या सूचना संगणक विनातक्रार आणि तातडीनं अमलात आणण्याचा प्रयत्न करतात. अर्थातच यासाठी आपल्याला आपल्या नेहमीच्या भाषेत सूचना देणं पुरेसं नसतं. यासाठी आपल्याला संगणकाला समजतील अशा विशिष्ट भाषेत सूचना द्याव्या लागतात. आपण आपल्या भाषेत जेव्हा या सूचना लिहितो, तेव्हा त्याला 'अल्गॉरिदम' असं म्हणतात; तर जेव्हा आपण या सूचना संगणकाला त्याच्या भाषेत पुरवतो, तेव्हा याला 'प्रोग्रॅम' असं म्हणतात. याचं उदाहरण खालच्या आकृतीत दाखवलं आहे.

Suppose the value of A is 10.
Also suppose that value of B is 20.
What would be the result of multiplying A and B?
	Let A = 10.
	Let B = 20.
	Compute A x B.
		int main ( ) {
		  int a = 10, b = 20;
		  printf ("%d", a * b);
		}

आपल्याला संगणकाकडून अपेक्षित असलेलं काम	त्यासाठीचा अल्गॉरिदम	यासाठीचा 'सी' या संगणकीय भाषेतला प्रोग्रॅम

म्हणजेच आपल्याला संगणकाकडून कुठलंही काम करून घ्यायचं असेल तर त्यासाठी संगणकाला समजेल अशा भाषेतला प्रोग्रॅम लिहावा लागतो. अल्गॉरिदम हा फक्त आपल्या आकलनासाठी असतो. अल्गॉरिदम संगणकाला समजत नाही. संगणकाला फक्त 'सी'सारख्या ठरावीक भाषाच समजतात. अर्थातच या भाषा माणसानंच तयार केल्या आहेत. माणूस आणि संगणक यांच्यामध्ये संवाद शक्य व्हावा या हेतूनं या भाषांची निर्मिती करण्यात आली आहे. अन्यथा आपलं म्हणणं संगणकाला समजणंच अशक्य होऊन बसेल.

सर्वसामान्यपणे आपण जेव्हा अल्गॉरिदम लिहितो आणि त्यावर आधारित असलेला प्रोग्रॅम लिहितो, तेव्हा त्या प्रोग्रॅमचा वापर करून संगणक आपल्याला हवं असलेलं काम चोखपणे करून देईल अशी आपली अपेक्षा असते. ही अपेक्षा अर्थातच रास्त असते. अन्यथा संगणकांचा आपल्याला उपयोगच होणार नाही. काही वेळा मात्र आपल्याला संगणकाकडून जे काम करून घ्यायचं आहे ते काम आणि त्यासाठी आपण लिहू पाहत असलेला अल्गॉरिदम/प्रोग्रॅम यांच्यामध्ये अंतर निर्माण होतं. म्हणजेच आपल्यासमोरचा प्रश्न सोडवण्यासाठी संगणकाला नेमक्या कशा सूचना द्यायच्या, याविषयी पुरेशी स्पष्टता नसते. म्हणजेच आपण अल्गॉरिदम/प्रोग्रॅम यांच्या माध्यमातून या सूचना संगणकाला नेमकेपणानं देऊ शकत नाही. अशा वेळी तांत्रिक भाषेत 'सर्च प्रॉब्लेम' म्हणजेच आपल्या ढोबळ भाषेत 'शोधकार्य' आपल्याला हाती घेणं भाग पडतं.

अशा प्रकारचा कुठलाही प्रश्न सोडवायचा असेल तर त्यासाठीच्या कामाचे ३ टप्पे पाडता येतात : (१) सुरुवातीची स्थिती, (२) सुरुवातीपासून आपला प्रश्न सुटेपर्यंतच्या घडामोडी आणि (३) आपलं उद्दिष्ट पूर्ण करणं. हे कशासाठी करायचं, तर त्यामुळे आपल्याला आपल्या प्रश्नाचं उत्तर सोडवण्यासाठी अल्गॉरिदम लिहिता येतो. म्हणजेच प्रश्न सोडवण्यासाठी नेमकं काय करायला पाहिजे, याची स्पष्ट मांडणी आपण करू शकतो. या अल्गॉरिदमवर आधारित असलेला प्रोग्रॅम आपण योग्य त्या संगणकीय भाषेत लिहिला की त्यानंतर संगणक त्या कामाची जबाबदारी स्वीकारतो. प्रश्न सुटेपर्यंत संगणक हे काम करत राहू शकतो. आता वरवर हे सोपं वाटत असलं तरी कृत्रिम बुद्धिमत्तेच्या विश्वात ते तितकंसं सोपं नसतं. याचं कारण म्हणजे क्लिष्ट प्रश्न सोडवताना किती प्रकारच्या गोष्टी गृहीत धरायच्या, किती प्रश्न सोडवण्याचा प्रयत्न करायचा यावर कधीकधी मर्यादाच नसते. म्हणजेच संगणकाला २ अधिक ३ अशा अत्यंत सोप्या गोष्टी इथे कराव्या लागत नाहीत. इथे असंख्य शक्यतांचा विचार करावा लागतो. याचं आपण एक सोपं उदाहरण घेऊ.

समजा हे पुस्तक वाचून निराशेपोटी तुम्हाला प्रस्तुत लेखकाचा खूप राग आला आहे आणि म्हणून तुम्ही रागावून त्याला पत्र लिहायला घेतलं आहे. तुमच्या समोरच्या टेबलाच्या खणात ४ पेनं आहेत आणि त्यापैकी चालणारं एक पेन तुम्हाला हवं आहे. यासाठी तुम्ही बहुधा एक पेन घ्याल आणि ते चालतं का बघाल. ते समजा चाललं नाही तर तुम्ही ते बाजूला ठेवाल. समजा ते चालत नसेल तर तुम्ही दुसरं पेन घ्याल आणि पुन्हा तेच कराल. जोपर्यंत चालणारं पेन मिळणार नाही तोपर्यंत तुम्ही ही कृती कराल. कृत्रिम बुद्धिमत्तेच्या भाषेत बोलायचं तर आपल्या अल्गॉरिदमची सुरुवात न चालणारं पेन ही असेल, दुसरा टप्पा हा एकामागून एक पेन वापरून ते चालतं का, हे बघण्याचा असेल आणि तिसरा म्हणजे शेवटचा टप्पा चालणारं पेन हाताशी लागण्याचा असेल. यामधला तसा उघड असलेला; पण आपल्या दृष्टीनं महत्त्वाचा असलेला मुद्दा चालत नसलेली पेनं दूर सारण्याचा आणि पुन्हा विचारात न घेण्याचा आहे. अन्यथा तुमची मेहनत फुकट जाईल. पुन्हापुन्हा तीच ती पेनं चालतात का, हे तपासण्यात काहीच मतलब नाही. संगणक जेव्हा आपल्या अल्गॉरिदमनुसार एखादा प्रश्न सोडवताना वेगवेगळ्या मार्गांचा किंवा शक्यतांचा विचार करतात, तेव्हा ज्या शक्यता तपासून झालेल्या आहेत त्यांचा ते पुन्हा विचार करत नसतात. आता आपल्या उदाहरणात ४ शक्यता असल्यामुळे ते खूपच सोपं वाटतं; पण समजा आता ४ ऐवजी ४०० पेनं असतील तर? अर्थातच चालणारं पेन सापडेपर्यंतचा प्रवास क्लिष्ट आणि वेळखाऊ होणार. यामधला महत्त्वाचा मुद्दा म्हणजे आपल्या प्रश्नाचं उत्तर शोधण्यासाठीचे प्रयत्न करत असताना शक्यतांची संख्या जसजशी वाढते, तसतसा सगळ्या शक्यतांचा निपटारा करून योग्य ती शक्यता हेरण्यासाठीचा प्रवास अधिकाधिक अवघड होत जातो. म्हणजेच जसं चक्रवाढ व्याज सरळ व्याजापेक्षा अत्यंत वेगानं वाढत जातं, तसा प्रकार इथे घडतो. साहजिकच ४ ऐवजी ४०० शक्यता असणं हे क्लिष्टता वाढवतंच; पण ४०० ऐवजी ४०,००० शक्यता असणं हे तर क्लिष्टता खूपच जास्त वाढवतं. याचा अंदाज येण्यासाठी आपण पुराणकाळातल्या एका प्रसिद्ध गोष्टीचा आधार घेऊ.

भारतातल्या शिरिम नावाच्या राजानं आपल्या दरबारातल्या सिसा बेन याला बुद्धिबळाच्या खेळाचा शोध लावल्याबद्दल बक्षीस द्यायचं ठरवलं. बुद्धिबळाच्या पटावर एकंदर ६४ घरं असतात. या प्रत्येक घरासाठी एक अशा एकूण ६४ सुवर्णमुद्रा सिसाला देण्याचं शिरिमनं जाहीर केलं. सिसानं मात्र नम्रपणे आपल्याला ही भेट नको असून गव्हाचे दाणे पाहिजे असल्याचं शिरिम राजाला सांगितलं. हे ऐकून राजा थक्कच झाला. सोन्याऐवजी गहू? सिसाची या संदर्भात एक अट होती. बुद्धिबळाच्या

पटावरच्या पहिल्या घरात गव्हाचा १ दाणा असावा, दुसऱ्यात २ दाणे असावेत, तिसऱ्यात ४ दाणे असावेत, चौथ्यात ८ दाणे असावेत ... असं करत करत प्रत्येक नव्या घरात आधीच्या घराच्या दुप्पट दाणे असावेत अशी त्याची मागणी होती. खरं म्हणजे सिसानं अत्यंत चातुर्यानं गणितामधली एक अत्यंत सोपी युक्ती वापरली होती. त्याच्या या मागणीची पूर्तता शिरिम राजा कधीच करू शकणार नाही याची त्याला कल्पना होती. याचं कारण म्हणजे सगळा हिशेब मांडला तर सिसानं शिरिम राजाकडे $२^{६४}$ – १ म्हणजेच गव्हाचे १,८४,४६,७४,४०,७३,७०,९५,५१,६१५ दाणे मागितले होते! तेव्हाच्या परिस्थितीनुसार तब्बल ४ शतकभरांच्या काळात अख्ख्या जगामध्ये मिळणारं गव्हाचं पीक इतकं होतं! साहजिकच शिरिम राजानं इतका गहू सिसाला देण्याचा प्रश्नच उद्‌भवत नव्हता. यामधला महत्त्वाचा मुद्दा म्हणजे बुद्धिबळाच्या पटावरच्या प्रत्येक घरामागे गव्हाचे २ दाणे अशा हिशेबानं सिसानं शिरिम राजाकडे गहू मागितला असता तर शिरिम राजानं तो सहजपणे दिला असता; कारण आता फक्त १२८ गव्हाच्या दाण्यांची गरज असणार होती. सिसानं मात्र असं न करता दर घरात गव्हाच्या दाण्यांची संख्या आधीच्या दुप्पट केल्यामुळे शिरिमची पंचाईत झाली.

अगदी याच धर्तीवर जेव्हा संगणकांना अशा प्रकारे वाढणाऱ्या शक्यतांचा विचार करावा लागतो, तेव्हा अतिबलाढ्य सुपरकम्प्युटर्सही थकून जातात. यावर उपाय शोधत असताना कृत्रिम बुद्धिमत्तेशी संबंधित असलेल्या तंत्रज्ञांनी Heuristics म्हणजेच चातुर्यानं शोध घेत राहण्याच्या संकल्पनेला जन्म दिला. कुठलाही कूटप्रश्न सोडवताना त्याच्याशी संबंधित असलेल्या सगळ्या शक्यता एकामागून एक अशा ढोबळ पद्धतीनं न तपासता जरा हुशारीनं अंदाज बांधत नेहमीपेक्षा खूप लवकर हा प्रश्न सोडवण्याचं हे तंत्र आहे. यासाठी आपल्यासमोरच्या माहितीमध्ये कुठे सातत्य आढळतं, कुठे ठळक फरक दिसतात, काय एक-दुसऱ्यासारखं वाटतं अशांसारख्या 'पॅटर्न्स'चा विचार केला जातो. हे समजून घेण्यासाठी आपण आपलं पेनांसंबंधीचं उदाहरण थोड्या बदलांसह पुन्हा बघू.

समजा, तुमच्यासमोर पेनचे बॉक्स आहेत. एकूण पेने ४०० आहेत. या ४०० पैकी फक्त एका पेनामध्ये बक्षीस म्हणून २००० रुपयांची नोट गुंडाळून ठेवली आहे. हे पेन शोधून काढलं तर हे २००० रुपये आपले होणार आहेत. अशा वेळी एकामागून एक पेन उघडून बघणं हा ढोबळ मार्ग तर उपलब्ध आहेच; पण त्याऐवजी आपण Heuristic तंत्राचा वापर कसा करू शकू? पेनांचे बॉक्सेस सीलबंद आहेत का उघडे आहेत, हे आपण तपासू. काही बॉक्सेसना सील असेल आणि काही बॉक्सेस उघडलेले असतील तर आपण फक्त उघडलेले बॉक्स विचारात घेऊ.

त्यानंतर या उघडलेल्या बॉक्सेसमधली अगदी नवीकोरी पेनं आपण बाजूला ठेवू. असं करत करत आपण आपल्याला हवं असलेलं पेन शोधण्याचा प्रयत्न करू.

अर्थातच या मार्गानं आपल्याला हवं असलेलं पेन आणि त्यामधलं बक्षीस या गोष्टी आपल्या हाती लागतीलच असं अजिबातच नाही. कदाचित आपल्याला ते पेन मिळणारसुद्धा नाही. तरीही सगळ्या पेनांचा जवळपास बिनडोकपणे एकामागून एक तपास करण्यापेक्षा अशा प्रकारे जरा शक्कल लढवण्यानं आपल्याला हवं असलेलं पेन मिळण्याची शक्यता नक्कीच वाढेल. हाच प्रकार आता कृत्रिम बुद्धिमत्तेशी संबंधित असलेले प्रश्न सोडवताना केला जातो. यामुळे अत्यंत क्लिष्ट आणि अजस्र प्रकारच्या शक्यता तपासणं, त्यातून योग्य तोच निर्णय घेणं या गोष्टी साध्य होतात. या पार्श्वभूमीवर आपण आता पुन्हा एकदा गॅरी कॅस्परॉव्हला पराभूत करणाऱ्या संगणकाकडे वळू.

अलीकडे जवळपास सगळ्यांच्याच संगणकांमध्ये किंवा मोबाईलच्या ॲप्समध्ये बुद्धिबळ खेळण्याची क्षमता असल्यामुळे संगणकांकडून हे काम करून घेणं अत्यंत सोपं आहे असं अनेक जणांना वाटतं. प्रत्यक्षात मात्र असं अजिबात नसतं. संगणकांकडून बुद्धिबळ खेळून घेण्याचं काम खूप कठीण असतं. आपण आधीच्या उदाहरणात धान्याचं घेतलेलं उदाहरण इथे चपखल लागू पडतं. ज्याप्रमाणे त्या उदाहरणात सातत्यानं दुप्पट होत जाणाऱ्या गव्हाच्या दाण्यांची संख्या लवकरच अशक्यप्राय स्थितीला जाऊन पोहोचते, त्याचप्रमाणे बुद्धिबळामधल्या शक्यतांची संख्याही जवळपास आवाक्याबाहेरची होऊ शकते. सर्वसाधारणपणे बुद्धिबळाच्या डावाच्या मध्याच्या सुमाराला 'जर-तर'ची संख्या ३६च्या आसपास जाते, असं अभ्यासक म्हणतात. म्हणजेच कुठलाही खेळाडू पुढची चाल नक्की कशी करायची, याचा विचार करत असताना त्याच्यासमोर सुमारे ३६ निरनिराळे पर्याय असू शकतात. जर या पर्यायांची आकृती आपण या डावाच्या सध्याच्या स्थितीला जोडून काढली तर आपल्याला ३६ फांद्या असलेलं; पण उलट्या दिशेनं म्हणजेच वरून खाली वाढणारं एक झाडच दिसेल. म्हणूनच या आकृतीला संगणकीय तंत्रज्ञानाच्या भाषेत 'सर्च ट्री' असं म्हणतात. म्हणजेच पुढची चाल करण्याचे किंवा त्यासाठीचा शोध घेण्याचे एकूण ३६ पर्याय आपल्यासमोर असतात. आता हे प्रकरण इथवर थांबत नाही. आपण या ३६ पैकी कुठलीही चाल केली तर त्याला प्रत्युत्तर देण्यासाठी म्हणून आपल्या प्रतिस्पर्ध्याकडेसुद्धा ३६ पर्याय असतात! म्हणजेच आपल्या चालीनंतर आपल्या प्रतिस्पर्ध्याची चाल करून झाल्यावर आपल्यासमोर आता ३६ गुणिले ३६ म्हणजे साधारण १,२९६ पर्याय असतात.

साहजिकच आपल्या यानंतरच्या चालीनंतर आपल्या प्रतिस्पर्ध्याकडेही १,२९६ पर्याय असणार. म्हणजेच एकूण शक्यतांची संख्या आता १,२९६ गुणिले १,२९६ म्हणजे १६,७९,६१६ इतकी होते! असाच प्रवास पुढे सुरू राहतो. यावरून संगणकाला बुद्धिबळ खेळायला शिकवायचं असेल तर त्याला किती शक्यतांचा/पर्यायांचा विचार करायला शिकवावं लागत असेल याची आपल्याला कल्पना येईल. आपल्या गव्हाच्या उदाहरणाची झलकच आपल्याला इथे जणू बघायला मिळेल.

खरं म्हणजे बुद्धिबळाच्या खेळातल्या सगळ्याच्या सगळ्या शक्यतांचा विचार करायचा तर हा खेळ सगळ्या शक्यतांसह खेळणं संगणकाच्या दृष्टीनं जवळपास अशक्य असतं. याचं कारण म्हणजे मुळात बुद्धिबळाचा नवा डाव सुरू होतो, तेव्हा पटावरच्या एकूण चालींची संख्या $१०^{१२३}$ म्हणजेच १० वर १२३ शून्यं इतकी असते! आपल्या सध्याच्या माहितीनुसार या विश्वात अस्तित्वात असलेल्या एकूण इलेक्ट्रॉन्सची संख्याही यापेक्षा कमी आहे. म्हणजेच या सगळ्या शक्यतांचा विचार करून त्यासाठीचा अल्गॉरिदम लिहिणं किंवा त्यावर आधारित असलेला प्रोग्रॅम संगणकाद्वारे चालवणं आपल्या आवाक्याबाहेरचं आहे. स्वाभाविकपणे संगणकाकडून बुद्धिबळाचा डाव खेळून घ्यायचा असेल तर त्यासाठी जरा डोकं लढवून काम केलं पाहिजे. याला कृत्रिम बुद्धिमत्तेच्या विश्वात static evaluation असं म्हणतात. याचा अर्थ म्हणजे सगळ्या शक्यतांचा विचार करणं, इथून पुढे खेळात काय होईल यावर विस्तारानं मंथन करणं हे सगळं टाळायचं. त्याऐवजी सध्याच्या स्थितीनुसार फक्त पुढची चाल काय असावी एवढंच बघायचं. त्यानंतरच्या सगळ्या शक्यतांच्या घोळात अडकायचं नाही. आता फक्त पुढची चाल कशी ठरवायची? संगणकाला यासाठीचा निर्णय घेता यावा म्हणून सोप्या गोष्टींचा वापर केला जातो. उदाहरणार्थ, पटावर संगणकाशी बुद्धिबळ खेळणाऱ्या खेळाडूच्या जास्त सोंगट्या शिल्लक आहेत का, संगणकाच्या जास्त सोंगट्या शिल्लक आहेत हे संगणकाला सहजपणे समजू शकतं. त्यानुसार पुढची चाल कशी असावी हे ठरवलं जाऊ शकतं. अर्थातच हे फक्त एक उदाहरण झालं. अशा प्रकारच्या सहजपणे मोजता येणाऱ्या गोष्टींचा विचार पुढची चाल करण्यासाठी केला जातो. अर्थातच संगणकाला कमी वेळात शक्य तितक्या शक्यता तपासून हे ठरवणं भाग असतं. म्हणूनच संगणकानं घेतलेला निर्णय चुकीचा ठरू शकतो. Heuristics च्या संकल्पनेला अनुसरून हे ढोबळमानानं ठरवण्यावाचून दुसरा पर्याय नसतोच. हा निर्णय म्हणजे अंदाधुंदीनं घेतलेला अंदाज मात्र नसतो; तर प्राप्त परिस्थितीला अनुसरून घेतलेला चातुर्यपूर्ण निर्णय असतो. याची पाळंमुळं ऑर्थर सॅम्युअल

नावाच्या कृत्रिम बुद्धिमत्तेच्या क्षेत्रामध्ये अत्यंत मूलभूत कामगिरी करणाऱ्या तज्ज्ञानं रुजवली.

संगणकांना अशा प्रकारे 'विचार करायला' लावत असताना कृत्रिम बुद्धिमत्तेच्या तंत्रज्ञांनी एक महत्त्वाचा निर्णय घेतला. तो म्हणजे बुद्धिबळ खेळणाऱ्या संगणकाला पुढची चाल करत असताना २ गोष्टींपासून रोखणं.

- पहिली गोष्ट म्हणजे अगदी ढळढळीतपणे इथून पुढचा मार्ग संगणकाला अपयशाकडे नेणारा असल्याचं दिसत असेल तर संगणकाला त्या मार्गानं पुढे प्रवास करायला लावणं टाळायचं. याचा अर्थ म्हणजे सध्याच्या स्थितीपासून पुढे जात असताना काय-काय घडू शकतं, संगणक आणि त्याचा प्रतिस्पर्धी यांच्याकडून कुठल्या चाली रचल्या जाऊ शकतात, त्यानुसार पटाची स्थिती काय असू शकते, या सगळ्याचा विचार करायचा. त्यानंतर जर संगणकाचा पराभव अटळ दिसत असेल तर अशा मार्गानं जाण्यासाठीच्या चाली सरळ रद्द करून टाकायच्या. त्यांच्या वाट्याला जायचंच नाही.
- दुसरी गोष्ट म्हणजे काही 'हुशार' चाली संगणकानं केल्या तरी त्या चालींवर मात करून प्रतिस्पर्धी संगणकाला पुढच्या 'हुशार' चाली करण्यापासून रोखू शकेल अशा चालींनाही थांबवायचं तंत्रज्ञांनी ठरवलं. याचाच अर्थ आत्ताची चाल संगणकासाठी खूप चांगली असली तरी तिथून यशाकडे जाण्यासाठीचा मार्ग रोखण्याची क्षमता त्याच्या प्रतिस्पर्ध्याकडे असेल. साहजिकच संगणकाला इथून पुढे विजयाकडे जाता येणार नाही. संगणकाच्या अशा प्रकारच्या सगळ्या चालीसुद्धा रोखायच्या. या मार्गांनीही पुढे जायचं नाही.

एकूण काय, तर विजयाकडे जाण्यासाठीच्याच मार्गांचा संगणक विचार करेल आणि त्या दृष्टीनं पुढची पावलं टाकत राहील अशा प्रकारचे प्रोग्रॅम्स लिहिण्यावर तंत्रज्ञांनी भर दिला. यावरून हे काम किती क्लिष्ट आहे आणि त्यासाठी किती बौद्धिक श्रम तसंच संगणकीय ताकद या गोष्टींची गरज असेल याची आपल्याला कल्पना यावी.

●●●

५. यंत्रमानवांचं जग

यंत्रमानव आणि त्यांच्याशी संबंधित असलेलं सगळं तंत्रज्ञान यांचं यश-अपयश ठिकठिकाणच्या सामाजिक आणि संस्कृतीशी संबंधित असलेल्या गोष्टींवरही अवलंबून आहे. लोक या तंत्रज्ञानाला कितपत स्वीकारतात, आपलंसं करतात, आत्मसात करतात हे अत्यंत महत्त्वाचे मुद्दे आहेत. उदाहरणार्थ, जपानमध्ये यंत्रमानवांशी संबंधित असलेलं उद्योगजगत तर आहेच आणि शिवाय यंत्रमानवांची तिथे खूप गरजसुद्धा आहे. पाश्चिमात्य जगात मात्र अनेक ठिकाणी यंत्रमानव आणि तत्सम तंत्रज्ञान यांच्याविषयी बरीच भीती पसरलेली आहे. दक्षिण कोरियामध्ये शिक्षणक्षेत्रात यंत्रमानवाचा वापर अगदी सहजपणे केला जातो; पण युरोपमध्ये मात्र याकडे साशंक नजरेनं बघितलं जातं. अनेक आशियाई देशांमध्ये यंत्रमानवांकडे 'माणसांना असलेला पर्याय' म्हणून बघितलं जात असलं तरी युरोपमध्ये त्यांचा विचार यंत्र म्हणूनच केला जातो.

जवळपास सगळ्याच भन्नाट कल्पनांची सुरुवात काहीतरी भव्यदिव्य करून दाखवण्याच्या स्वप्नांपासून होते. 'कृत्रिम बुद्धिमत्ता' (Artificial Intelligence) च्या तंत्रज्ञानाच्या बाबतीतसुद्धा तसं काही वेगळं घडलं नाही. माणसासारखी कौशल्यं असणारी यंत्रं अगदी पूर्वीपासूनच अनेकांनी कल्पिलेली होती. कथा, शिल्पं, चित्रं, रेखाटनं अशा अनेक कलाकारांमधून लोकांनी बऱ्याच आधीपासून या संदर्भात भाष्यं केलेली आहेत. अगदी 'इलियड' या होमरच्या पुराणकाळातल्या महाकाव्यामध्येही माणसाला एकीकडून दुसरीकडे नेणाऱ्या खुर्च्या आणि त्यांच्याकडून काम करून घेणारी यंत्रं यांचा उल्लेख आहे! गाजलेला ग्रीक तत्त्वज्ञानी ॲरिस्टॉटल (ख्रिस्तपूर्व ३८४–३२२) यालासुद्धा माणसासारख्या क्षमता

असलेल्या यंत्रांची भुरळ पडलेली असली तरी अशी यंत्रं प्रत्यक्षात असू शकतील का, याविषयी तो साशंक होता. काळाच्या पुढचा विचार करणाऱ्या लिओनार्दो द विन्सीनं इ.स. १४९५ साली एका यंत्रमानवरूपी आकृतीचं रेखाटन केलं होतं. त्यामधल्या बारकाव्यांनुसार या यंत्रमानवाला आपले हातपाय हलवणं, आपल्या तोंडाचा जबडा उघडणं अशा गोष्टी शक्य होत्या.

आधुनिक काळात सुप्रसिद्ध विज्ञानलेखक आयझॅक असिमॉव्ह यानं यंत्रमानवांविषयी अनेक विज्ञानकथा लिहिल्या. यंत्रमानव हे वाईटच असतात आणि ते नेहमी घातक कृत्यंच करतात, अशा प्रकारच्या कल्पना अनेक लेखकांनी रंगवलेल्या असल्यामुळे वैतागून असिमॉव्हनं यंत्रमानवांविषयी ३ नियमच जाहीर केले. हे नियम आपल्या विज्ञानकथांमधल्या यंत्रमानवांना पुरेपूर लागू पडतील याची काळजी त्यानं घेतली :

- पहिला नियम : यंत्रमानव माणसाला इजा होईल अशी कृती करणार नाही किंवा कृती करायचं टाळून माणसाला इजा होऊ देणार नाही.
- दुसरा नियम : पहिल्या नियमाला बाधा पोहोचेल असे प्रसंग वगळता यंत्रमानव माणसांनी दिलेल्या सूचना तंतोतंत पाळतील.
- तिसरा नियम : पहिल्या आणि दुसऱ्या नियमाचा भंग न करता यंत्रमानव स्वत:चं अस्तित्व टिकवून धरतील.

असिमॉव्हनं यंत्रमानवांविषयी ३ नियमच जाहीर केले. हे नियम आपल्या विज्ञानकथांमधल्या यंत्रमानवांना पुरेपूर लागू पडतील याची काळजी त्यानं घेतली :

- पहिला नियम : यंत्रमानव माणसाला इजा होईल अशी कृती करणार नाही किंवा कृती करायचं टाळून माणसाला इजा होऊ देणार नाही.
- दुसरा नियम : पहिल्या नियमाला बाधा पोहोचेल असे प्रसंग वगळता यंत्रमानव माणसांनी दिलेल्या सूचना तंतोतंत पाळतील.
- तिसरा नियम : पहिल्या आणि दुसऱ्या नियमाचा भंग न करता यंत्रमानव स्वत:चं अस्तित्व टिकवून धरतील.

१९२० मधील कॅरेल कापेक नावाच्या चेक विज्ञानलेखकाच्या 'रॉझम्स युनिव्हर्सल रोबोज' नावाच्या नाटकामध्ये 'रोबोट' हा यंत्रमानवासाठी वापरला जाणारा शब्द प्रथमच अस्तित्वात आला. चेक भाषेतल्या 'राबोटा' म्हणजे 'अनिवार्य असलेलं काम' आणि चेक भाषेतल्याच 'रोबोट्निक' म्हणजे 'प्रवास' या

दोन शब्दांपासून 'रोबो' हा शब्द तयार झाला. माणसाचं काम करण्यासाठी निर्माण केल्या जाणाऱ्या कृत्रिम माणसांना उद्देशून हा शब्द वापरला जाईल अशी कल्पना त्यामागे होती. एकूणच तंत्रज्ञानाचा वापर माणसाची कामं करण्यासाठी करणं आणि नोकरचाकर/कामगार वर्गामधल्या लोकांकडून आपली कामं करून घेणं या दोन गोष्टी एकत्र करून यंत्रमानवाची संकल्पना रुजत गेली.

सर्वसाधारणपणे कुठल्याही यंत्रमानवाचे ४ मुख्य घटक असतात, ते असे :

- मूर्त स्वरूपात आपल्याला तो वापरता यावा यासाठी यंत्रमानवाला एक शारीरिक अस्तित्व असतं. म्हणजेच मानवी शरीरासारखे हातपाय असलेला यंत्रमानव असं त्याचं रूप असू शकतं किंवा यंत्रमानव म्हणजे एक तबकडी पण असू शकते.
- आपल्या आजूबाजूच्या परिस्थितीचं आकलन होण्यासाठी यंत्रमानवामध्ये सेन्सर्स बसवलेले असतात.
- सूचनांनुसार कृती करण्यासाठी यंत्रमानवामध्ये 'इफेक्टर' आणि 'ॲक्चुएटर' यांच्या यंत्रणा असतात.
- यंत्रमानवाला स्वतंत्रपणे काम करता यावं यासाठी त्यात नियंत्रक ('कंट्रोलर') असतो.

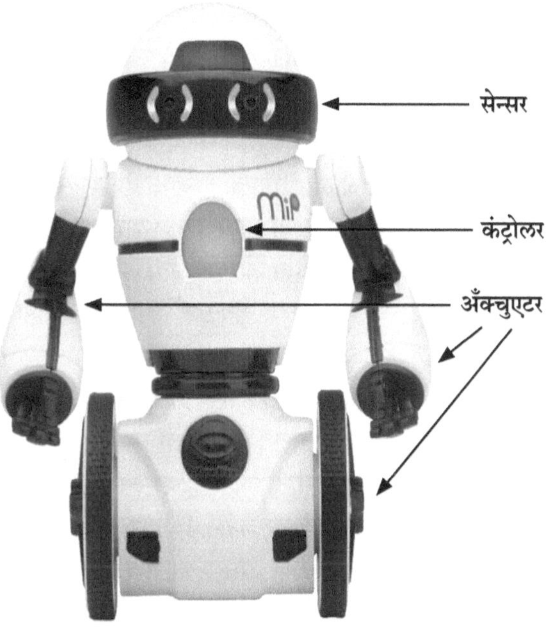

यंत्रमानवांचा उपयोग

जपानी लोकांचं आयुष्यमान सगळ्यात जास्त असतं. सध्याच्या आकडेवारीनुसार जपानी पुरुषांचं सरासरी आयुष्यमान ८० वर्षांचं तर जपानी स्त्रियांचं सरासरी आयुष्यमान ८७ वर्षांचं आहे. पुढच्या साडेचार दशकांनंतर हेच आकडे अनुक्रमे ८४ आणि ९१ असतील असा अंदाज आहे. २०१०-२५ या काळात ६५ वर्षांहून जास्त वय असलेल्या जपानी नागरिकांची संख्या ७० लाखांनी वाढणार आहे. आत्ताच जपानच्या एकूण लोकसंख्येपैकी पाव हिस्सा ६५ वर्षांहून जास्त वय असलेल्या लोकांचा आहे. २०५० मध्ये हे प्रमाण आत्ताच्या २५ टक्क्यांवरून तब्बल ३९ टक्क्यांवर जाईल!

या सगळ्या वरिष्ठ नागरिकांची काळजी घेण्यासाठी असंख्य प्रकारच्या सुविधा लागतील. मुख्य म्हणजे यासाठी तरुण मनुष्यबळ लागेल. दुर्दैवानं यामधली मुख्य अडचण म्हणजे जपानमधला जन्मदर पुरेसा नसल्यामुळे इतक्या मोठ्या प्रमाणावर वरिष्ठ नागरिक असताना तुलनेनं तरुण नागरिकांचं प्रमाण खूपच कमी असेल. म्हणजेच वरिष्ठ नागरिकांची काळजी घेण्यासाठी पुरेसं मनुष्यबळच उपलब्ध नसेल. याच्या जोडीला इतर देशांच्या लोकांना जपानमध्ये स्थलांतरित होण्यासंबंधीचे नियम अत्यंत कठोर असल्यामुळे मनुष्यबळ आयात करणंही आजवर शक्य झालेलं नाही. जपानी सरकारच्या अहवालानुसार २०२५ पर्यंत वरिष्ठ नागरिकांची काळजी घेण्यासाठी सुमारे ४० लाख परिचारिकांची गरज असताना सध्या तिथे फक्त १४.९० लाख परिचारिका कार्यरत आहेत. दर वर्षी जपान फक्त ५०,००० परदेशी लोकांनाच आपल्या इथे काम करण्यासाठीचे परवाने देतं. याचाच अर्थ अशीच परिस्थिती टिकून राहिली तर जपानला अपुऱ्या मनुष्यबळाचं संकट जोरदार तडाखा देण्याची दाट शक्यता आहे.

म्हणूनच जपानमध्ये यंत्रमानवांचा वापर हा प्रश्न सोडवण्यासाठी करता येईल का, याविषयी जोरदार काम सुरू आहे.

१९७०च्या दशकात जपानी कंपन्यांनी मोटार उत्पादन क्षेत्रात आमूलाग्र बदल करून धुमाकूळ माजवला; तर १९८०च्या दशकात त्यांनी इलेक्ट्रॉनिक वस्तूंच्या उत्पादनात खळबळ माजवली. आता तर थेट घराघरांमध्ये यंत्रमानव घुसवण्यासाठी जपानी कंपन्यांची जोरदार धडपड सुरू आहे. टोयोटा कंपनीनं ६० किलो वजनाचा आणि जवळपास चार फूट उंची असलेला 'रोबिना' नावाचा यंत्रमानव तयार केला आहे. रोबिना ही एखादी स्त्रीच भासते. शब्द आणि

हालचाल या दोन्ही माध्यमांद्वारे ती संवाद साधू शकते. छान केस, मोठे डोळे आणि धातूचा स्कर्ट अशा सुबक अवतारात असलेल्या रोबिनाचा 'ह्युमनॉईड' नावाचा 'भाऊ' घरकामात मदत करतो! घरातल्या वृद्ध माणसांची काळजी घेणं, धुणंभांडी करणं एवढ्यावरच त्याचं काम संपत नाही. करमणुकीसाठी तो ट्रम्पेट, व्हायोलिन अशी वाद्यंसुद्धा वाजवू शकतो. होंडा कंपनीनं 'असिमो' नावाचा यंत्रमानव याच धर्तीवर तयार केला आहे. असिमो हे नाव Advance Step in Innovative Mobility Robot या शब्दांचं लघुरूप आहे. पृथ्वीवर उभ्या असलेल्या एखाद्या चार फुटी अंतराळवीरासारखा हा असिमो भासतो. त्याला मानवी भावना, हालचाली, संभाषण हे सगळं कळतं! त्याच्या डोळ्यांच्या जागी ताकदीचे कॅमेरे बसवण्यात आले आहेत. त्याला आवाजी सूचना कळतात. हस्तांदोलन वगैरे तर तो करू शकतोच; पण शिवाय प्रश्नांना मान हलवून किंवा शब्दरूपी उत्तरं देणंही त्याला जमतं. एखाद्या वृद्ध माणसाला बिछान्यातून उठायला मदत करण्यापासून त्याच्याशी संभाषण करण्यापर्यंत सगळी कामं तो करू शकतो.

टोयोटा आणि होंडा यांच्याखेरीज इतर काही जपानी कंपन्यासुद्धा वरिष्ठ नागरिकांचा सांभाळ करण्यासाठी उपयुक्त ठरतील अशा प्रकारचे यंत्रमानव तयार करण्याच्या खटाटोपात आहेत. एकूणच जपाननं यंत्रमानवांशी संबंधित असलेल्या तंत्रज्ञानात मोठी आघाडी घेतली आहे. औद्योगिक क्षेत्रात जगभरात वापरल्या जाणाऱ्या सुमारे १४ लाख यंत्रमानवांपैकी ३.१० लाख यंत्रमानव जपानमध्येच आहेत. आपल्या या ज्ञानाचा वापर आपल्यावर ओढवत असलेल्या वरिष्ठ नागरिकांशी संबंधित असलेल्या संकटावर मात करण्यासाठी जपान खूप धडपडताना दिसतो. जपान सरकारनंही या प्रयत्नांना पाठिंबा दिल्याचं आढळतं. २०१३ मध्ये जपान सरकारनं वरिष्ठ नागरिकांची काळजी घेण्यासाठी तयार होत

रोबिना ही एखादी स्त्रीच भासते. शब्द आणि हालचाल या दोन्ही माध्यमांद्वारे ती संवाद साधू शकते. छान केस, मोठे डोळे आणि धातूचा स्कर्ट अशा सुबक अवतारात असलेल्या रोबिनाचा 'ह्युमनॉईड' नावाचा 'भाऊ' घरकामात मदत करतो! घरातल्या वृद्ध माणसांची काळजी घेणं, धुणंभांडी करणं एवढ्यावरच त्याचं काम संपत नाही. करमणुकीसाठी तो ट्रम्पेट, व्हायोलिन अशी वाद्यंसुद्धा वाजवू शकतो.

असलेल्या यंत्रमानवांशी संबंधित असलेल्या संशोधनासाठी २.४६ कोटी डॉलर्सची मदत दिली. तसंच या कंपन्यांकडून संशोधनामध्ये होत असलेल्या खर्चाची भरपाईसुद्धा मोठ्या प्रमाणावर जपानी सरकारकडून होते.

जपानच्या धर्तीवर अमेरिका, फ्रान्स, स्वीडन या देशांनीसुद्धा यंत्रमानवाशी संबंधित असलेल्या तंत्रज्ञानावर जोरात काम सुरू केलं आहे. यात खासगी क्षेत्राचाही समावेश आहे. गुगलनं 'बॉस्टन डायनॅमिक्स' तसंच 'डीपमाईंड' यासारख्या यंत्रमानवाशी संबंधित असलेल्या तंत्रज्ञानविषयक कंपन्या काही वर्षांपूर्वी विकत घेतल्या. 'डीपमाईंड' कंपनीचं वैशिष्ट्य हे यंत्रमानवाला त्याचे हात-पाय आणि डोळे यांच्यामधलं नातं म्हणजेच 'हँड-आय कोऑर्डिनेशन' शिकवण्याच्या संदर्भातलं होतं. अर्थातच हे अत्यंत क्लिष्ट आणि म्हणूनच आव्हानात्मक काम होतं. ५० कोटी डॉलर्स मोजून गुगलनं ही कंपनी विकत घेतली. तंत्रज्ञानविषयक कंपन्यांमध्ये गुंतवणूक करणाऱ्या गुंतवणूकदारांनी आता मोठ्या प्रमाणावर यंत्रमानवाशी संबंधित असलेल्या तंत्रज्ञानावर काम करणाऱ्या कंपन्यांमध्ये पैसे ओतायला सुरुवात केली आहे.

अर्थात माणसांशी इतक्या थेटपणे संपर्कात येणारे यंत्रमानव खरोखर तयार होऊ शकतील का, याविषयी काही जण शंका व्यक्त करतात. उदाहरणार्थ, कुठलीच चूक होऊ न देता एखाद्या वृद्ध माणसाला अंघोळ घालणं किंवा त्याचे दात घासणं यांच्यासारख्या नाजूक आणि महत्त्वाच्या गोष्टी यंत्रमानवांना कितपत जमतील, याची काहींना खात्री वाटत नाही. याखेरीज यंत्रमानवांचा वृद्ध लोकांशी भावनिक संबंध कितपत जुळू शकेल, असा प्रश्नही उपस्थित केला जातो. तसंच या वृद्ध लोकांना कुणाशी तरी बोलायचं असतं; आपलं मन कुणापाशी तरी मोकळं करायचं असतं. हे जवळपास जाणूनबुजून दुर्लक्षित ठेवून तरुण मंडळींनी त्यांना 'बहिऱ्या' यंत्रमानवांच्या हाती सुपूर्द करायचं का, हा अत्यंत महत्त्वाचा प्रश्नही उल्लेखनीय आहे. तरीसुद्धा हे प्रश्न हळूहळू तंत्रज्ञानाच्या प्रगतीमुळे काही प्रमाणात सुटत जातील आणि भावनाप्रधान यंत्रमानवही लवकरच अवतरतील असं मानलं जातं.

यंत्रमानवांचा वृद्ध लोकांशी भावनिक संबंध कितपत जुळू शकेल, असा प्रश्नही उपस्थित केला जातो. तसंच या वृद्ध लोकांना कुणाशी तरी बोलायचं असतं; आपलं मन कुणापाशी तरी मोकळं करायचं असतं. हे जवळपास जाणूनबुजून दुर्लक्षित ठेवून तरुण मंडळींनी त्यांना 'बहिऱ्या' यंत्रमानवांच्या हाती सुपूर्द करायचं का, हा अत्यंत महत्त्वाचा प्रश्नही उल्लेखनीय आहे.

जपान ही यंत्रमानवांचा घरोघरी प्रवेश होण्यासाठीची प्रयोगशाळाच आहे असं म्हटलं पाहिजे. याचं कारण म्हणजे अमेरिका आणि सध्या भारत यांचा अपवाद वगळता पुढच्या काही दशकांमध्ये बहुतेक सगळ्या मोठ्या देशांमध्ये वरिष्ठ नागरिकांचं तरुण मंडळींच्या तुलनेतलं प्रमाण खूप वाढत जाणार आहे. साहजिकच जपानमध्ये अशा प्रकारे यंत्रमानवांचा वापर केल्याचे परिणाम काय दिसतात यावर या इतर देशांमध्येही काय घडेल हे अवलंबून आहे. यामधला महत्त्वाचा मुद्दा म्हणजे जसं जागतिक अर्थकारणामध्ये आपण बऱ्याच काळापासून 'आहे रे' विरुद्ध दुर्लक्षित अशा किंवा १% विरुद्ध ९९% अशा वर्गांविषयी चिंतन करत आलो आहोत; तसाच प्रकार यंत्रमानवांच्या विश्वातही आढळतो. जपान, चीन, अमेरिका, दक्षिण कोरिया आणि जर्मनी यांनी यंत्रमानवांशी संबंधित असलेल्या क्षेत्रात विलक्षण आघाडी घेतली असताना इतर सगळ्या देशांमध्ये मात्र चित्र एकदम वेगळं आहे. रशियासारख्या औद्योगिक प्रगती साधण्यासाठी धडपडणाऱ्या देशाचं यंत्रमानवांकडे साफ दुर्लक्ष झालेलं असावं हेही यातलंच एक आश्चर्य म्हणावं लागेल. अर्थात म्हणून प्रगतिशील किंवा अप्रगत देश यंत्रमानवांच्या शर्यतीत पूर्ण मागे पडतील असं नाही. उदाहरणार्थ, अनेक आफ्रिकी आणि मध्य आशियाई देशांमध्ये तारांच्या म्हणजेच 'लँडलाईन' फोन्सच्या क्रांतिविनाच बिनतारी म्हणजे 'मोबाईल' क्रांती थेट घडली. तसंच यंत्रमानवांच्या बाबतीतसुद्धा घडू शकतं.

यंत्रमानव आणि त्यांच्याशी संबंधित असलेलं सगळं तंत्रज्ञान यांचं यश-अपयश ठिकठिकाणच्या सामाजिक आणि संस्कृतीशी संबंधित असलेल्या गोष्टींवरही अवलंबून आहे. लोक या तंत्रज्ञानाला कितपत स्वीकारतात, आपलंसं करतात, आत्मसात करतात हे अत्यंत महत्त्वाचे मुद्दे आहेत. उदाहरणार्थ, जपानमध्ये यंत्रमानवांशी संबंधित असलेलं उद्योगजगत तर आहेच आणि शिवाय यंत्रमानवांची तिथे खूप गरजसुद्धा आहे; पण त्याहून महत्त्वाचं म्हणजे जपानी संस्कृतीमधल्या 'शिंतो' नावाच्या धर्मामधल्या समजुतींनुसार मानव आणि वस्तू या दोघांमध्येही जीव असतो असं मानलं जातं. साहजिकच जपानी संस्कृतीमध्ये यंत्रमानवांचा स्वीकार कदाचित याच कारणामुळे अगदी सहजपणे झाला असावा. पाश्चिमात्य जगात मात्र अनेक ठिकाणी यंत्रमानव आणि तत्सम तंत्रज्ञान यांच्याविषयी बरीच भीती पसरलेली आहे. उदाहरणार्थ, दक्षिण कोरियामध्ये शिक्षणक्षेत्रामध्ये यंत्रमानवाचा वापर अगदी सहजपणे केला जातो; पण युरोपमध्ये मात्र याकडे साशंक नजरेनं बघितलं जातं. अनेक आशियाई देशांमध्ये यंत्रमानवांकडे 'माणसांना असलेला पर्याय' म्हणून बघितलं जात असलं तरी युरोपमध्ये त्यांचा विचार यंत्र म्हणूनच केला जातो. मध्यपूर्व

आशियामधल्या काही देशांमध्ये घेण्यात आलेल्या सर्वेक्षणामध्ये घरकाम करण्यासाठीच्या यंत्रमानवाला अनुकूलता असल्याचं; पण माणसाशी संबंधित असलेल्या भावनिक किंवा काळजीसारख्या गोष्टींच्या बाबतीत मात्र यंत्रमानवाला विरोध असल्याचं आढळून आलं. साहजिकच सामाजिक गोष्टी, तंत्रज्ञान आणि समज-गैरसमज या सगळ्या गोष्टींवर यंत्रमानवाचं भविष्य नजीकच्या काळात तरी अवलंबून आहे.

सुरुवातीला यंत्रमानवांचा वापर घातक, धोकादायक, अस्वच्छ प्रकारच्या कामांमध्ये केला जाई. अशा यंत्रमानवांचा माणसांशी फार जवळचा संबंध येत नसे. हळूहळू 'उत्पादन (मॅन्युफॅक्चरिंग)' क्षेत्रातून यंत्रमानवांनी 'सेवा (सर्व्हिसेस)' क्षेत्रात प्रवेश केला. आपोआपच यंत्रमानव हे सर्वसामान्य माणसाच्या दृष्टीपलीकडे न राहता ते त्याच्या संपर्कात यायला सुरुवात झाली. इतकंच नव्हे तर वाढत्या यांत्रिकीकरणाबरोबरच यंत्रमानवांच्या वाढत्या वापरामुळे अनेक मानवी रोजगारही यंत्रमानवच खाऊन टाकतील अशी भीती वाढीला लागली. परिस्थितीचं भान असणं, आपल्याला अवगत असलेल्या क्षमतांचा योग्य वापर करणं, निर्णयक्षमता विकसित करणं आणि ती वापरणं या सगळ्या मानवी गोष्टी आहेत. त्या आता यंत्रमानव काही प्रमाणात करताना दिसत असल्यामुळे मानवी रोजगारांवर गदा येताना दिसत आहे.

यंत्रमानवांच्या वाढत्या वापरामागे 'बिलिफ स्पेस' आणि 'क्लाऊड रोबोटिक्स' या दोन नव्या तंत्रज्ञानांचा मोठा हात आहे. हे समजून घेणं तसं सोपं आहे. कुठल्याही प्रसंगाचं किंवा परिस्थितीचं वर्णन आकडेवारीच्या रूपानं करणं आणि त्यानंतर त्या परिस्थितीमध्ये कोणते बदल घडू शकतात, नवं काय होऊ शकतं, याविषयीच्या

सुरुवातीला यंत्रमानवांचा वापर घातक, धोकादायक, अस्वच्छ प्रकारच्या कामांमध्ये केला जाई. अशा यंत्रमानवांचा माणसांशी फार जवळचा संबंध येत नसे. हळूहळू 'उत्पादन (मॅन्युफॅक्चरिंग)' क्षेत्रातून यंत्रमानवांनी 'सेवा (सर्व्हिसेस)' क्षेत्रात प्रवेश केला. आपोआपच यंत्रमानव हे सर्वसामान्य माणसाच्या दृष्टीपलीकडे न राहता ते त्याच्या संपर्कात यायला सुरुवात झाली. इतकंच नव्हे तर वाढत्या यांत्रिकीकरणाबरोबरच यंत्रमानवांच्या वाढत्या वापरामुळे अनेक मानवी रोजगारही यंत्रमानवच खाऊन टाकतील अशी भीती वाढीला लागली. परिस्थितीचं भान असणं, आपल्याला अवगत असलेल्या क्षमतांचा योग्य वापर करणं, निर्णयक्षमता विकसित करणं आणि ती वापरणं या सगळ्या मानवी गोष्टी आहेत. त्या आता यंत्रमानव काही प्रमाणात करताना दिसत असल्यामुळे मानवी रोजगारांवर गदा येताना दिसत आहे.

शक्यताही त्याच प्रकारे मांडणं याला 'बिलिफ स्पेस' म्हणतात. म्हणजेच आपल्या दररोजच्या आयुष्यात घडत असलेल्या असंख्य प्रकारच्या गोष्टींना नियमबद्ध प्रकारे बांधून टाकणं आणि नंतर त्या नियमांनुसार नव्या घटनाक्रमाचा अर्थ लावत जाणं. यामुळेच यंत्रमानवाला सद्यःस्थितीचं आकलन आणि त्यानंतरच्या परिस्थितीशी जुळवून घेणं शक्य होतं. इतके दिवस घटनाक्रमांची उपलब्ध असलेली माहिती तसंच यंत्रमानवांना पुरवलं जाणारं वैचारिक खाद्य यांची कमतरता असे. आता मात्र 'डेटा ॲनॅलिटिक्स'सारख्या नव्या क्षेत्रांमध्ये होत असलेल्या अद्भुत घडामोडींमुळे उपलब्ध असलेल्या माहितीच्या साठ्यांमध्ये तसंच त्या माहितीच्या विश्लेषणामध्ये खूप वाढ होत चालली आहे. साहजिकच यंत्रमानव जास्त 'हुशार' होत चालले आहेत. म्हणजेच या यंत्रमानवांना मुळात पुरवली जाणारी माहिती तसंच या मूळ माहितीच्या आधारे नव्या अनुभवांशी जुळवून घेण्याची क्षमता यात सुधारणा होताना दिसते.

यंत्रमानवांकडे असलेल्या माहितीच्या साठ्यांमध्ये होत असलेली विलक्षण वाढ 'क्लाऊड रोबोटिक्स' म्हणून ओळखल्या जाणाऱ्या तंत्रज्ञानामुळे होत चालली आहे. याचा सारांश म्हणजे यंत्रमानवांकडे मर्यादित प्रमाणातली माहिती उपलब्ध न होता ती जवळपास अमर्यादित होत चालली आहे. याचं कारण काय? तर ही माहिती कुठल्या ठरावीक संगणकामध्ये न साठवली जाता ती 'क्लाऊड'वर साठवली जाते. 'क्लाऊड' म्हणजे प्रचंड क्षमता असलेले माहितीचे साठे. माहितीचे हे साठे इंटरनेटवर असतात. जर ते यंत्रमानवांना उपलब्ध होऊ शकले तर जगभरात ठिकठिकाणी यंत्रमानवांशी संबंधित असलेली माहिती ज्या क्लाऊडवर असते, ती सगळ्या यंत्रमानवांना मिळू शकते. या माहितीचा वापर यंत्रमानव आपलं काम अधिक अचूकपणे पार पाडण्यासाठी करू शकतात. जसं इंटरनेटला जोडला न

'क्लाऊड' म्हणजे प्रचंड क्षमता असलेले माहितीचे साठे. माहितीचे हे साठे इंटरनेटवर असतात. जर ते यंत्रमानवांना उपलब्ध होऊ शकले तर जगभरात ठिकठिकाणी यंत्रमानवांशी संबंधित असलेली माहिती ज्या क्लाऊडवर असते, ती सगळ्या यंत्रमानवांना मिळू शकते. या माहितीचा वापर यंत्रमानव आपलं काम अधिक अचूकपणे पार पाडण्यासाठी करू शकतात. जसं इंटरनेटला जोडला न गेलेला संगणक मर्यादित कामं करू शकतो किंवा त्याच्याकडे उपलब्ध असलेली माहिती मर्यादित असते तसं पूर्वी यंत्रमानवांचं असायचं. आताचा यंत्रमानव मात्र 'क्लाऊड रोबोटिक्स' वापरतो; म्हणजेच इंटरनेटला जोडल्या गेलेल्या संगणकासारखा तो असतो. साहजिकच त्याची क्षमता प्रचंड वाढते.

गेलेला संगणक मर्यादित कामं करू शकतो किंवा त्याच्याकडे उपलब्ध असलेली माहिती मर्यादित असते तसं पूर्वी यंत्रमानवांचं असायचं. आताचा यंत्रमानव मात्र 'क्लाऊड रोबोटिक्स' वापरतो; म्हणजेच इंटरनेटला जोडल्या गेलेल्या संगणकासारखा तो असतो. साहजिकच त्याची क्षमता प्रचंड वाढते.

यंत्रमानवांच्या दृश्य रूपातही अलीकडे विलक्षण बदल झाले आहेत. आत्तापर्यंतचे यंत्रमानव शब्दशः यंत्रमानव दिसत. अॅल्युमिनियमच्या सांगाड्यात ते बसवलेले असत. साहजिकच 'स्टार ट्रेक'सारख्या मालिका किंवा तत्सम चित्रपट आणि दुरून दिसणारे अंतराळवीर यांच्यासारखेच यंत्रमानव दिसत. आता मात्र पदार्थविज्ञानात झालेल्या नव्या घडामोडींमुळे सिलिकॉन किंवा कोळ्यापासून मिळणारा तलम मलमली पदार्थ यांचा वापर यंत्रमानव तयार करण्यासाठी होतो. स्वाभाविकपणे यंत्रमानवांची शरीरं बोजड न वाटता एकदम लवचीक वाटतात. कित्येक यंत्रमानव तर सजीवांसारखेच वाटतात. हा माणूसच असावा असं आपल्याला वाटत राहतं. पूर्वीच्या तुलनेत आकारानं मोठे किंवा छोटे यंत्रमानव तयार करणंही आता शक्य

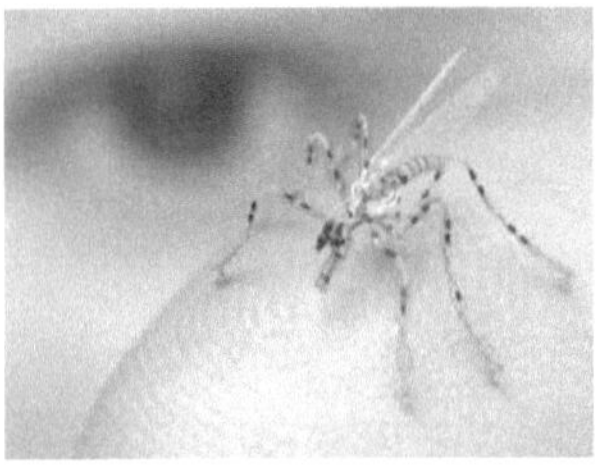

झालं आहे. नॅनो तंत्रज्ञानामधल्या प्रगतीमुळे 'नॅनो यंत्रमानव' म्हणजेच 'नॅनो रोबो' तयार करण्याकडेही शास्त्रज्ञांचा कल आहे. मानवी पेशी तपासून त्याला जडलेली आरोग्याची समस्या शोधून काढणारे अतिसूक्ष्म यंत्रमानव लवकरच तयार होतील. अशा नॅनो यंत्रमानवाचा आकार वाळूच्या छोट्या कणाहूनही खूप छोटा असेल आणि त्याचा आकार $१०^{-९}$ मीटर्सच्या आसपासचा असेल! याचं दुसरं टोक म्हणजे जर्मनीमध्ये तब्बल ५१ फूट लांबीचा ११ टन वजन असलेला ड्रॅगनसारखा यंत्रमानवही तयार करण्यात आला आहे.

स्वयंचलित चालकविरहित मोटारी

यंत्रमानव आणि कृत्रिम बुद्धिमत्ता यांच्याशी अत्यंत जवळचा संबंध असलेली अलीकडची भन्नाट कल्पना स्वयंचलित चालकविरहित मोटारींची आहे. म्हणजेच या गाड्यांमध्ये चालकाची गरजच नसेल. या गाड्या स्वतःच स्वतःला 'चालवतील'. खरं म्हणजे ही कल्पना अलीकडची आहे असं आपल्याला वाटलं असलं तरी थेट १९३९ मध्येच 'जनरल मोटर्स' कंपनीनं न्यूयॉर्कमध्ये भरलेल्या गाड्यांच्या जागतिक

प्रदर्शनात याविषयीचं भाष्य केलं होतं. बिनतारी संदेशवहनाचा वापर करून अशी गाडी तयार होऊ शकते असं तेव्हा कंपनीनं म्हटलं होतं. अर्थातच अनेक दशकं हे स्वप्न स्वप्नच राहिलं. एकूणच तंत्रज्ञानाचं विश्व एका मर्यादेपलीकडच्या गोष्टी घडवू शकत नव्हतं आणि यासाठी एकविसाव्या शतकाची वाट बघावी लागली.

संगणक, बिनतारी संदेशवहन, वाहनाची सद्यःस्थिती अचूकपणे ओळखणं अशा अनेक गोष्टींच्या संदर्भात आता अपूर्व क्रांती झाली आहे. साहजिकच मोटारनिर्मिती करणाऱ्या जवळपास सगळ्याच मोठ्या कंपन्यांनी चालकविरहित गाड्या तयार करण्यासाठीची धडपड सुरू केली आहे. गाड्यांच्या निर्मितीशी तसा दुरूनही संबंध नसलेली एक कंपनी मात्र खरं म्हणजे या सगळ्या धडपडीच्या अग्रक्रमी आहे आणि ती म्हणजे गुगल. गेली सहा वर्षं गुगलच्या संशोधन विभागामधला एक गट चालकविरहित गाडी तयार करण्यासंबंधीच्या कामामध्ये गर्क आहे. या गाडीनं आपली मूळ जागा सोडून भलतीकडेच भटकू नये यासाठी रडार आणि कॅमेरे अशी यंत्रणा वापरली जाते. याखेरीज प्रकाशाचा आणि हालचालीचा अंदाज येण्यासाठीही त्यात योग्य उपकरणं बसवली आहेत. अत्याधुनिक जीपीएस यंत्रणा आणि चाकांना जोडलेले सेन्सर्स हेही आहेतच. दर वर्षी अमेरिकेमध्ये गाडी चालवताना झालेल्या अपघातामुळे किमान ३०,००० लोक तर जगभरात असे किमान १३ लाख लोक मरण पावतात असं काही सर्वेक्षणांमध्ये आढळून आलं आहे. तसंच अमेरिकी माणसाचे दर आठवड्याला सरासरी १८.५ तास गाडी चालवण्यात जातात आणि युरोपमधला आकडा याहून निम्मा आहे. हा सगळा वाया जाणारा वेळ वाचवण्यासाठी गुगलची धडपड आहे. या वेळात कदाचित लोक गुगलचं एखादं उत्पादन वापरतील अशी गुगलला आशा वाटते! यातला महत्त्वाचा मुद्दा म्हणजे खरोखरच चालकविरहित गाड्यांमुळे अपघातांचं प्रमाण कमी होईल का?

सर्वसामान्यपणे लक्ष विचलित होणं, डुलकी लागणं, दारू पिऊन गाडी चालवणं आणि चालकाकडून घडणारी चूक ही अपघात होण्यामागची प्रमुख कारणं मानली जातात. या चारही बाबतींमध्ये स्वयंचलित गाड्या महत्त्वाची कामगिरी बजावू शकतात. तसंच या गाड्या पूर्णपणे स्वयंचलित असल्याच पाहिजेत असंही नाही; बऱ्याच प्रमाणात त्या स्वयंचलित असू शकतात आणि गरज पडेल तेव्हा मानवी चालक गाडीचा ताबा आपल्याकडे घेऊ शकतो. या संदर्भात विमानांचं उदाहरण उपयुक्त ठरावं. विमान चालवण्यासाठीची

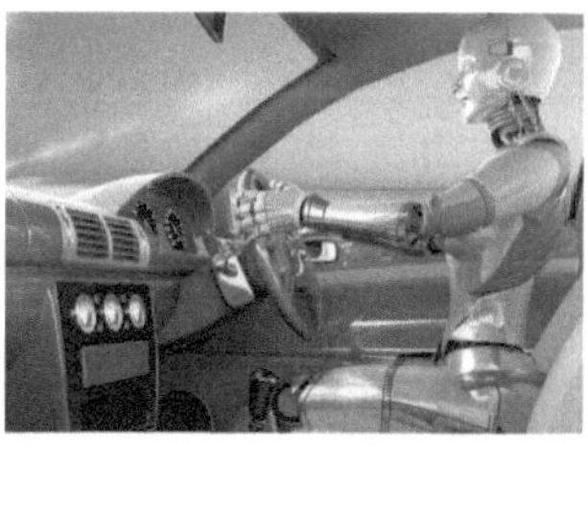

स्वयंचलित म्हणजेच 'ऑटो पायलट' यंत्रणा हळूहळू प्रगल्भ होत गेली. त्याचबरोबर मानवी वैमानिकाचं प्रत्यक्ष काम कमी होत गेलं. आता ही स्वयंचलित यंत्रणा आपलं काम बरोबर करत असल्याची खात्री करणं आणि जेव्हा ते होत नसेल तेव्हा विमानाची सूत्रं आपल्याकडे घेणं हे वैमानिकांचं मुख्य काम बनलं. अर्थातच स्वयंचलित गाड्यांच्या संदर्भात इतरही असंख्य अडचणींचा विचार करणं गरजेचं आहे. उदाहरणार्थ, रस्त्यामध्ये वाहनांची प्रचंड गर्दी असल्यामुळे वाहतुकीचे दिवे बंद ठेवून पोलिसांनी वाहतूक नियंत्रित करणं, एखादा रस्ता बंद असणं, अनपेक्षित घटना घडणं, खराब हवामान असणं अशा अनेक गोष्टी निर्णायक ठरू शकतात. तरीसुद्धा ज्या वेगानं गुगल, तेस्ला आणि इतर काही कंपन्यांच्या स्वयंचलित गाड्यांनी प्रगती साधली आहे, ती बघता निदान काही प्रमाणात तरी गाड्यांचं स्वयंचलन नजीकच्या भविष्यात नक्कीच शक्य आहे असं आपण खात्रीनं म्हणू शकतो.

अर्थातच स्वयंचलित गाड्यांच्या संदर्भात अनेक प्रश्न आहेत. कायदेशीर मुद्द्यांपासून नैतिकतेपर्यंत अनेक गोष्टी यासाठी विचारात घ्याव्या लागतात. तसंच या प्रश्नांकडे पुस्तकी किंवा तात्त्विक नजरेतून बघून चालणार नाही. याचं कारण म्हणजे त्यांचा परिणाम थेट मानवी आयुष्यावर आणि अपघातांसारख्या भीषण घटनांवर होऊ शकतो. अमेरिकेमध्ये सुरुवातीला कॅलिफोर्निया, फ्लॉरिडा आणि नेवाडा या तीनच राज्यांनी स्वयंचलित गाड्यांना आपल्या रस्त्यांवरून धावण्याची परवानगी प्रायोगिक तत्त्वांवर दिली. त्यात यश आलं तर इतर अमेरिकी राज्यं आणि त्यापाठोपाठ इतर देश स्वयंचलित गाड्यांकडे वळायला लागतील यात शंकाच नाही.

अमेरिकेसकट बव्हंशी देशांमध्ये टॅक्सी चालवणारे लोक हे कामाच्या शोधात इतर ठिकाणांहून आलेले; म्हणजेच स्थलांतरित झालेले असतात. अशा लोकांचा रोजगार स्वयंचलित गाड्यांमुळे हिरावला जाण्याची दाट शक्यता आहे. इतकंच नव्हे तर जे लोक स्वत:च्या गाड्या चालवण्याचं टाळण्यासाठी चालकांची नेमणूक करतात, असे लोकही स्वयंचलित गाड्या वापरायला लागले तर या चालकांचाही रोजगार हिरावला जाईल. याखेरीज बस, ट्रक, रिक्षा आणि इतर वाहनं चालवणाऱ्यांचं काय? म्हणजेच एकूणच वाहन चालवण्याचं कामच इतिहासजमा होईल. याखेरीज आपल्याला ठरावीक ठिकाणी सोडून झाल्यावर ही स्वयंचलित गाडी वाहनतळावर वाट कशाला बघत बसेल? ती पुन्हा तिच्या मूळ ठिकाणी; म्हणजेच आपल्या घरी परतेल. म्हणजेच वाहनतळांची गरजसुद्धा खूप कमी होऊ शकेल. एकूणच हे सगळं तांत्रिकदृष्ट्या शक्य आहे का हा महत्त्वाचा मुद्दा नाही; कधी ना कधी ते होईलच. मुख्य म्हणजे माणूसच या सगळ्या अद्‌भुत घडामोडींकडे कसा बघेल आणि हे सगळं

किती खुल्या दिलानं स्वीकारेल हे बघणं रंजक ठरेल. गाडी चालवण्यासाठी आपल्या खात्रीचा मानवी चालक हवा; की त्यासाठी संगणकीय यंत्रणाही चालेल, हे माणसाला ठरवावं लागेल. अर्थातच एकदा का अशी यंत्रणा खात्रीलायकरीत्या चुकांविना व्यवस्थितपणे चालू शकते याची खात्री झाली, की सुरुवातीला या सगळ्या प्रकाराविषयी साशंक असलेली मंडळीसुद्धा या यंत्रणेवर विश्वास टाकायला लागतील, हेही तितकंच खरं आहे.

रुग्णालयांमध्ये यंत्रमानव

जीवन-मरणाशी खेळ सुरू असलेल्या आणखी एका महत्त्वाच्या क्षेत्रात यंत्रमानवांनी प्रवेश केलेला आहे. अर्थातच रुग्णालयांविषयी आपण बोलत आहोत. २०१३ मध्ये शस्त्रक्रियांमध्ये मदत करू शकणारे सुमारे १३०० यंत्रमानव जगभरात विकले गेले. अशा एका यंत्रमानवाची सरासरी किंमत १५ लाख डॉलर्स होती. यंत्रमानवांच्या साहाय्यानं केल्या जाणाऱ्या शस्त्रक्रियांच्या संख्येत दरसाल साधारण ३०% वाढ होताना दिसते. आजवर अमेरिकेमध्येच किमान १० लाख लोकांवर अशा शस्त्रक्रिया झालेल्या आहेत.

२०१३ मध्ये शस्त्रक्रियांमध्ये मदत करू शकणारे सुमारे १३०० यंत्रमानव जगभरात विकले गेले. अशा एका यंत्रमानवाची सरासरी किंमत १५ लाख डॉलर्स होती. यंत्रमानवांच्या साहाय्यानं केल्या जाणाऱ्या शस्त्रक्रियांच्या संख्येत दरसाल साधारण ३०% वाढ होताना दिसते. आजवर अमेरिकेमध्येच किमान १० लाख लोकांवर अशा शस्त्रक्रिया झालेल्या आहेत.

यंत्रमानवांच्या किंवा एकूणच रोबोटिक्सच्या मदतीनं केल्या जाणाऱ्या शस्त्रक्रियांचे प्रकारही अनेक आहेत. यात हृदयावर केल्या जाणाऱ्या शस्त्रक्रियांपासून रुग्णांना भूल देण्याच्या कामात मदत करण्यापर्यंत अनेक गोष्टींचा समावेश असतो. भूल देणाऱ्या यंत्रमानवी तंत्रज्ञानाचं वैशिष्ट्य म्हणजे प्रत्येक शस्त्रक्रियेच्या वेळी एका भूल देणाऱ्या तज्ज्ञाच्या वैयक्तिक उपस्थितीची आता गरज नाही. एकाच वेळी अनेक शस्त्रक्रिया सुरू असताना भूल देणारा तज्ज्ञ या सगळ्या शस्त्रक्रियांवर लक्ष ठेवू शकतो. याचं कारण म्हणजे प्रत्यक्ष भूल देण्याचं काम त्याला करावंच लागत नाही. फक्त कामावर देखरेख ठेवणं आणि काही गोंधळ झाला तरच त्यात लक्ष घालणं हे त्याचं मुख्य काम होतं. यंत्रमानवांचे काही उपयोग तर थक्क करून सोडणारे आहेत. सध्या कर्करोगांवर केल्या जाणाऱ्या उपचारांपैकी एक मुख्य प्रकार किरणोत्सर्जनाचा असतो. कर्करोग निर्माण करणाऱ्या किंवा तो पसरवणाऱ्या रोगट पेशी नष्ट करण्यासाठी त्या जाळून

टाकणं हा सध्याचा उपाय आहे. अनेक वेळा तो प्रभावी ठरत असला तरीसुद्धा बाहेरून किरणोत्सर्जन करावं लागत असल्यामुळे कर्करोगाला कारणीभूत असलेल्या पेशींबरोबरच चांगल्या रोगमुक्त पेशीसुद्धा किरणोत्सर्जनामुळे विनाकारण नष्ट होतात. याखेरीज किरणोत्सर्जनाचे इतर असंख्य दुष्परिणाम मानवी शरीराला सोसावे लागतात. याऐवजी समजा हे किरणोत्सर्जन मानवी शरीराच्या आतूनच संबंधित अवयवावर करता आलं तर किती बरं होईल? अर्थातच सध्या हे करणं जवळपास अशक्य आहे. यंत्रमानवी तंत्रज्ञानामुळे मात्र बहुधा हे शक्य होईल. यासाठीचा यंत्रमानव मानवी शरीरातल्या रोगट पेशी हुडकून त्यांच्यावर अत्यंत अचूकपणे किरणांचा मारा करेल. 'थ्रीडी प्रिंटिंग' नावाचं आणखी एक अद्भुत तंत्रज्ञान वापरून मानवी शरीरामधल्या व्याधींचा आराखडा तयार करणं आणि त्यावर मात करणं कदाचित यामुळे शक्य होईल.

अर्थात शस्त्रक्रियांमध्ये यंत्रमानवांचा आणि संबंधित यंत्रणांचा वापर पूर्णपणे सुरक्षित आहे असं मात्र अजिबातच नाही. यंत्रमानवांच्या वापरामुळे अनेक शस्त्रक्रियांमध्ये रुग्णांना गंभीर जखमा झाल्याची उदाहरणं तर आहेतच; पण डझनावारी रुग्णांना आपला जीवसुद्धा गमवावा लागला आहे. शस्त्रक्रियांमध्ये यंत्रमानवांचा वाढता वापर वैद्यकीय खर्च कमी करण्याच्या हेतूनंसुद्धा होण्याची शक्यता आहे. म्हणजेच निव्वळ खर्च कमी व्हावा म्हणून डॉक्टर उपलब्ध असूनसुद्धा यंत्रमानवांचा वापर शस्त्रक्रियांमध्ये करण्याची घातक पद्धत रुजण्याचा धोका दुर्लक्षणीय नाही. वाढत्या वैद्यकीय खर्चाला तोंड देण्याच्या प्रश्नावर हे उत्तर नक्कीच नाही; पण ते वापरलं जाण्याची शक्यता मात्र आहे.

माणूस आणि यंत्रमानव यांच्यामधला फरक किती धूसर होत जावा याचं उत्तम उदाहरण आपल्याला अमेरिकेच्या टेक्सस राज्यामधल्या स्प्लेंडोरा गावामधल्या ख्रिस्तियान नावाच्या १२ वर्षं वयाच्या मुलाच्या रूपानं बघायला मिळेल. रक्ताच्या एका विशिष्ट प्रकारच्या कर्करोगामुळे ख्रिस्तियानला शाळेत जाणंच अशक्य होऊन बसलं. असं असूनही त्याच्यामध्ये शिकण्याची जिद्द कायम होती. यातून मार्ग काढण्यासाठी एका विशिष्ट प्रकारच्या यंत्रमानवानं ख्रिस्तियानची शाळेमधली जागा घेतली. वर्गात पहिल्या रांगेत बसलेल्या या यंत्रमानवामध्ये बसवलेल्या कॅमेऱ्यातून आणि मायक्रोफोनमधून घरी बसलेला ख्रिस्तियान वर्गामध्ये शिकवल्या जाणाऱ्या गोष्टी अनुभवतो. ख्रिस्तियाननं आपला हात घरी उचलला की शाळेत यंत्रमानवाचा हात उचलला जातो. एखाद्या प्रश्नाचं उत्तर ख्रिस्तियाननं दिलं की ते यंत्रमानवामध्ये बसवलेल्या स्पीकरद्वारे शिक्षकापर्यंत आणि इतर विद्यार्थ्यांपर्यंत पोहोचतं. आपल्या यंत्रमानवाद्वारेच ख्रिस्तियान तास संपला की आपल्या मित्रांशी 'गप्पा मारतो', मधल्या सुट्टीमध्ये वर्गाबाहेर जातो आणि इतर

मित्रमैत्रिणींबरोबर 'थोडा वेळ घालवतो', वगैरे! अशा प्रकारच्या अनेक यंत्रमानवांची निर्मिती वैद्यकीय तसंच शिक्षण क्षेत्रांमध्ये निरनिराळ्या कामांसाठी सुरू आहे.

> रक्ताच्या एका विशिष्ट प्रकारच्या कर्करोगामुळे ख्रिस्तियानला शाळेत जाणंच अशक्य होऊन बसलं. असं असूनही त्याच्यामध्ये शिकण्याची जिद्द कायम होती. यातून मार्ग काढण्यासाठी एका विशिष्ट प्रकारच्या यंत्रमानवानं ख्रिस्तियानची शाळेमधली जागा घेतली. वर्गात पहिल्या रांगेत बसलेल्या या यंत्रमानवामध्ये बसवलेल्या कॅमेऱ्यातून आणि मायक्रोफोनमधून घरी बसलेला ख्रिस्तियान वर्गामध्ये शिकवल्या जाणाऱ्या गोष्टी अनुभवतो. ख्रिस्तियाननं आपला हात घरी उचलला की शाळेत यंत्रमानवाचा हात उचलला जातो. एखाद्या प्रश्नाचं उत्तर ख्रिस्तियाननं दिलं की ते यंत्रमानवामध्ये बसवलेल्या स्पीकरद्वारे शिक्षकापर्यंत आणि इतर विद्यार्थ्यांपर्यंत पोहोचतं. आपल्या यंत्रमानवाद्वारेच ख्रिस्तियान तास संपला की आपल्या मित्रांशी 'गप्पा मारतो', मधल्या सुट्टीमध्ये वर्गाबाहेर जातो आणि इतर मित्रमैत्रिणींबरोबर 'थोडा वेळ घालवतो'.

यंत्रमानव आणि रोजगार

अनेक शतकं माणसं करत असलेली कामं आता यंत्रमानव लीलया करू शकत असला तरी माणसाला कधीच शक्य न झालेली अनेक कामंसुद्धा आता यंत्रमानव करायला लागले आहेत. भविष्यातले यंत्रमानव तयार करणं खूपच स्वस्त होणार असल्यामुळे अगदी कमी वेतनावर काम करणाऱ्या नोकर वर्गापेक्षाही असे यंत्रमानव वापरणं माणसाला जास्त परवडणार आहे. यामुळे रोजगारनिर्मितीवर परिणाम तर होईलच; पण त्याखेरीज याचे आर्थिक, सामाजिक, राजकीय परिणामसुद्धा खूप होतील. याचं उत्तम उदाहरण म्हणून आपल्याला ॲपल कंपनीच्या आयफोनखेरीज मायक्रोसॉफ्ट आणि सॅमसंग यांच्यासारख्या कंपन्यांसाठीचीही अनेक उपकरणं तयार करणाऱ्या 'फॉक्सकॉन' या तैवानी कंपनीचं उदाहरण घेता येईल. कंपनीतल्या जवळपास दहा लाख कामगारांकडून ही उपकरणं बनवून घेतली जातात. भविष्यात यंत्रमानवाच्या वापरामुळे आपल्याला एकदम कमी खर्चात ही उपकरणं तयार करता येतील याची कल्पना असल्यामुळे २०११ मध्येच या कंपनीच्या टेरी गाऊ नावाच्या संस्थापकानं पुढच्या तीन वर्षांमध्ये तब्बल दहा लाख यंत्रमानव विकत घेण्याचा संकल्प जाहीर केला. फॉक्सकॉन कंपनीवर यापूर्वी आपल्या कामगारांसाठी असुरक्षित आणि अमानवी स्वरूपाची व्यवस्था असलेल्या कारखान्यांमध्ये काम करण्याची सक्ती केल्यासंबंधी

खूप टीका झाली आहे. सुरुवातीला यंत्रमानवांकडून रंगकाम, वेल्डिंग अशा प्रकारची सोपी कामं करून घेण्याचा कंपनीचा विचार आहे. अशा प्रत्येक यंत्रमानवाची किंमत साधारण २५,००० अमेरिकी डॉलर्स इतकी आहे. या तुलनेत कंपनीला एका कामगाराला याच्या एक तृतीयांशच वेतन द्यावं लागतं; पण तरीसुद्धा भविष्यात अशा यंत्रमानवांची किंमत कमी होणार, हे माहीत असल्यामुळे कंपनी ही गुंतवणूक करत आहे. एका तैवानी कंपनीनं असा यंत्रमानव १०,००० अमेरिकी डॉलर्सच्या मोबदल्यातच उपलब्ध करून देण्याची तयारी दाखवली असल्याचा हा परिणाम असावा. २०११ च्या अखेरीला कंपनीमध्ये दहा हजार यंत्रमानव होते तर पुढच्या वर्षाअखेर हा आकडा थेट तीन लाखांवर जाऊन पोहोचला! चीनमध्ये कामगारांना कमी वेतन देणं बऱ्याच काळापासून चालत असलं तरी अलीकडच्या काळात वेतनाच्या आकड्यात वेगानं वाढ होत चालली असल्यामुळे यंत्रमानवांची खरेदी कंपनीला अर्थातच परवडते.

यामधला एक महत्त्वाचा मुद्दा म्हणजे माणूस नेमणं किंवा त्याऐवजी यंत्रमानवाकडून काम करून घेणं या दोन पर्यायांमध्ये खर्चाच्या संदर्भात मूलभूत फरक आहेत. एखाद्या कामगाराला कामावर घेत असताना सुरुवातीला फार खर्च येत नसला तरी त्यानंतर सातत्यानं त्या कर्मचाऱ्याला वेतन देणं, त्याच्या अनुपस्थितीत दुसऱ्याकडून काम करून घेणं, अनेक मानवी आणि इतर समस्यांना तोंड देणं, विमा, भत्ते, कामगार चळवळी या गोष्टी सांभाळणं हे कंपनीच्या दृष्टीनं गरजेचं असतं. म्हणजेच मानवी कर्मचाऱ्यांच्या संदर्भात कंपनीला सुरुवातीला फार खर्च येत नसला तरी नंतर मात्र सातत्यानं खर्च येतो. या तुलनेत यंत्रमानव विकत घ्यायचा असला तर कंपनीला सुरुवातीला खूप खर्च येतो; पण त्यानंतर मात्र यंत्रमानवाला 'पगार' देणं किंवा त्याचा 'विमा' उतरवणं अशा गोष्टींचा प्रश्नच नसल्यामुळे नंतरचा खर्च जवळपास नगण्यच असतो. सातत्यानं यंत्रमानवांची किंमत कमी होत असतानाच, कामगारांचं वेतन वाढत चाललेलं असल्यामुळे इथून पुढे मानवी कामं जास्तीत जास्त प्रमाणात यंत्रमानवांकडून करून घेण्यावर सगळ्याच कंपन्या भर देणार यात शंका नाही. तंत्रज्ञानामध्ये होत असलेल्या अफाट प्रगतीमुळे यंत्रमानवांची क्षमता इथून पुढे वाढत जाणार आणि अधिकाधिक मानवी कामं यंत्रमानव करणार हे उघडच आहे. याच्या जोडीला यंत्रमानवांच्या वाढत्या वापरामुळे अनेक नव्या उद्योगांची निर्मिती होणार आणि कामगारांना नव्या प्रकारची कामं मिळणार हेही स्पष्टच आहे. अर्थात हे बदल इतके सहजपणे होणार नसल्यामुळे याचे अनेक सामाजिक परिणाम होणार यात शंकाच नाही. ज्या देशांमध्ये हे बदल नीटपणे हाताळले जाणार नाहीत, तिथे अस्वस्थता, उलथापालथी हाताळणं अवघड ठरू शकेल.

१९९०च्या दशकामध्ये जागतिकीकरण आणि आर्थिक शिथिलीकरण यांच्या विरोधात जगभरात कामगार चळवळी सुरू झाल्या होत्या. त्याच धर्तीवर २०२०च्या दशकामध्ये यंत्रमानवांचा वापर मोठ्या प्रमाणावर सुरू झाल्यानंतर या तंत्रज्ञानाच्या विरोधात चळवळी उभ्या राहण्याची दाट शक्यता आहे. त्यातच तांत्रिक प्रगतीमुळे हे यंत्रमानव अधिकाधिक माणसांसारखे भासायला लागल्यामुळे लोकांना या तंत्रज्ञानाविषयी आणखीनच चीड वाटायला लागेल.

यंत्रमानवांनी मानवी रोजगारांच्या संधीवर घाला घालण्याचे अनेक नवे परिणाम ही आता दिसायला लागले आहेत. सुरुवातीला यंत्रमानवांनी प्रामुख्यानं उत्पादन क्षेत्रात म्हणजेच 'मॅन्युफॅक्चरिंग सेक्टर'मध्ये उपलब्ध असलेल्या रोजगाराच्या संधी हिरावून घेतल्याचं चित्र दिसत होतं. साहजिकच सेवा क्षेत्रात म्हणजेच 'सर्व्हिसेस सेक्टर'मध्ये काम करत असलेल्या लोकांना याची फारशी झळ पोहोचली नाही. आता मात्र या परिस्थितीत मोठे बदल होताना दिसतात. बँकांमध्ये कामासाठी येत असलेल्या ग्राहकांची काही कामं यंत्रमानव आता लीलया पार पाडू शकतात. अमेरिकेमधल्या कामांच्या एकंदर सातशे वेगवेगळ्या प्रकारांचा, कामांचा अभ्यास करणाऱ्या ऑक्सफर्ड विद्यापीठामधल्या दोन प्राध्यापकांच्या म्हणण्यानुसार वाढत्या यांत्रिकीकरणामुळे पुढच्या दोन दशकांमध्ये एकंदर निम्मे रोजगार धोक्यात येतील. म्हणजेच त्या ठिकाणी कामं करणाऱ्या लोकांच्या नोकऱ्या जाऊन त्यांची जागा यंत्रमानव घेण्याची दाट शक्यता आहे. एकूण रोजगारांपैकी ४७% रोजगार यंत्रमानवांच्या हाती जातील असं अभ्यासक म्हणतात. वकिलांसारख्या लोकांची कामं यंत्रमानव सहजपणे करू शकणार नसल्यामुळे तशा प्रकारच्या व्यवसायांना किंवा रोजगारांना तसा मोठा धोका पोहोचणार नाही; पण जिथे अगदी सहजपणे कामाचं यांत्रिकीकरण होऊ शकतं, अशांना मात्र मोठा धोका आहे.

वाढत्या यांत्रिकीकरणामुळे पुढच्या दोन दशकांमध्ये एकंदर निम्मे रोजगार धोक्यात येतील. म्हणजेच त्या ठिकाणी कामं करणाऱ्या लोकांच्या नोकऱ्या जाऊन त्यांची जागा यंत्रमानव घेण्याची दाट शक्यता आहे. एकूण रोजगारांपैकी ४७% रोजगार यंत्रमानवांच्या हाती जातील असं अभ्यासक म्हणतात. वकिलांसारख्या लोकांची कामं यंत्रमानव सहजपणे करू शकणार नसल्यामुळे तशा प्रकारच्या व्यवसायांना किंवा रोजगारांना तसा मोठा धोका पोहोचणार नाही; पण जिथे अगदी सहजपणे कामाचं यांत्रिकीकरण होऊ शकतं, अशांना मात्र मोठा धोका आहे.

चालकविरहित गाड्यांमुळे वाहन चालवण्याचं काम व्यवसाय म्हणून करणाऱ्या चालकांना अर्थातच यंत्रमानवांमुळे मोठा धोका पोहोचू शकतो. पॅनॅसॉनिक कंपनीचा चोवीस 'बोटं' असलेला एक यंत्रमानव एखाद्या कुशल माणसाप्रमाणे लोकांचे केस छान धुवून देतो. याच्या यशस्वी चाचण्या जपानमध्ये घेण्यात आल्या आहेत. अनेक ठिकाणी 'वेटर'चं काम यंत्रमानवाद्वारे करून घेण्यासाठीच्या चाचण्या सुरू आहेत. 'मोटोमॅन' नावाची जपानी कंपनी यासाठीचे यंत्रमानव तयार करते. नुसतं ऑर्डर्स घेण्याचं कामच हा यंत्रमानव करू शकतो असं नाही तर एखादी ताटली रिकामी झाली असल्याचंही त्याला समजतं. याशिवाय तो ग्राहकासमोर आपल्या भावनाही व्यक्त करू शकतो. यांत्रिकीकरणाच्या याआधीच्या झपाट्यात बँकांमध्ये आणि तशाच प्रकारच्या संस्थांमध्ये लागणारं मनुष्यबळ घटवण्यात आलं. आता याच्या पुढची पायरी गाठली जाईल असं दिसतं.

स्वस्त मनुष्यबळाच्या उपलब्धतेच्या जोरावर आपलं साम्राज्य उभं करणाऱ्या चीनसारख्या देशांना वाढत्या यांत्रिकीकरणाचा जास्त धोका आहे. यातून मार्ग काढण्यासाठी चीननं एकीकडे भविष्यातल्या उद्योगांमध्ये काम करू शकण्यासाठीचं प्रशिक्षण आपल्या मनुष्यबळाला देण्यावर भर दिलं आहे. तसंच सध्याच्या मनुष्यबळावरचा खर्च नियंत्रित करण्यासाठी मोठ्या प्रमाणावर शहरीकरण करण्यालाही चीननं प्राधान्य दिल्याचं दिसतं. म्हणजेच देशभरातून स्वस्त मनुष्यबळ शहरांमध्ये आणायचं आणि त्याद्वारे रोजगारांच्या वाढीवर निर्बंध घालायचे असा चीनचा डाव आहे. यात अनेक राजकीय, सामाजिक आणि पर्यावरणीय मुद्द्यांवर घाला घातला असला तरी चीन त्याची पर्वा करत नाही. हे धोरण अल्पकालीन यश मिळवून देत असलं आणि मूळ प्रश्न झाकून टाकत असलं तरी वाढत्या यांत्रिकीकरणाशी लढण्याचा हा मार्ग असू शकत नाही, याची चीनलाही जाणीव आहे. स्वाभाविकपणे भविष्यात चीन अडचणीत येण्यासारखी परिस्थिती यातून उद्भवू शकते.

एकूणच वाढतं यांत्रिकीकरण आणि यंत्रमानवांचा वाढता वापर या अटळ भविष्याशी कुठला देश कसा जुळवून घेतो, यावर त्या-त्या देशाचं भवितव्य अवलंबून आहे. यांत्रिकीकरणाला विरोध करणं हा मार्ग असूच शकत नाही. यापूर्वीसुद्धा संगणकीकरणाला किंवा जागतिकीकरणाला विरोध करून कुणाचंच भलं झालेलं नाही. उलट काही काळ विरोध करून झाल्यावर निमूटपणे बदलत्या परिस्थितीशी जुळवून घेणंच बहुतेक जणांना भाग पडलेलं आहे. म्हणूनच हे सत्य स्वीकारून बदलत्या परिस्थितीचा आपण कसा फायदा करून घेऊ शकतो, हा विचार करणं सगळ्यांना भाग आहे.

●●●

६. 'सिंग्युलॅरिटी'ची संकल्पना

'सिंग्युलॅरिटी'चा म्हणजेच यंत्रमानवानं मानवी बुद्धीवर मात करण्याचा क्षण कधी ना कधी नक्की येणार, असं म्हणणारे तंत्रज्ञ नेहमी 'मूरच्या नियमा'चा हवाला देतात. या नियमानुसार संगणकामध्ये असलेल्या 'चिप'ची क्षमता दर अठरा महिन्यांनी दुप्पट होते. आजतागायत हा नियम खरा ठरला आहे आणि म्हणूनच संगणकांची क्षमता वाढत जात असतानाच त्याचा आकार छोटा होत चालला आहे. हाच नियम यंत्रमानव आणि त्याच्याशी संबंधित असलेल्या तंत्रज्ञानालाही लागू पडतो. याच्या आधारे किमान २०२३ मध्ये आणि कमाल २०४५ मध्ये यंत्रमानवांची क्षमता मानवी क्षमतेला ओलांडेल आणि 'सिंग्युलॅरिटी'चा क्षण उजाडेल असं तंत्रज्ञ मानतात.

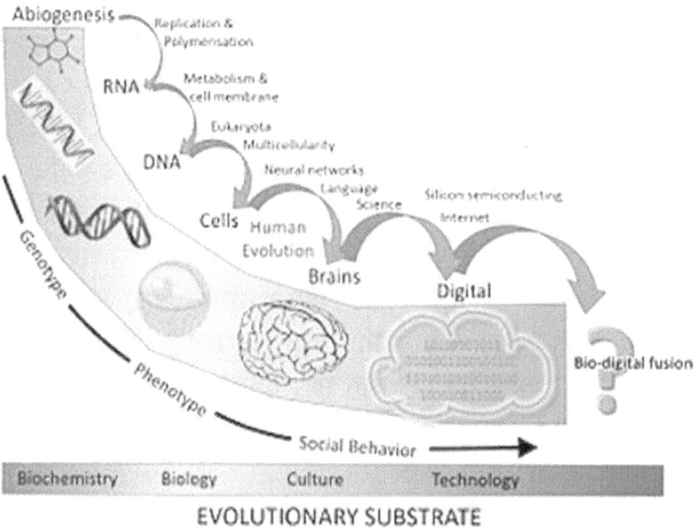

यंत्रमानव किंवा कृत्रिम बुद्धिमत्ता या तंत्रज्ञानामध्ये माणसाच्या बुद्धीवर मात करण्याची क्षमता येईल का, असा प्रश्न सातत्यानं विचारला जातो. काही जण हे अशक्य असल्याचं मत व्यक्त करतात, तर उरलेले लोक मात्र एक दिवस यंत्रमानव मानवी बुद्धीला मागे टाकेल हे अपरिहार्य असल्याचं सांगतात. याखेरीज मानवी बुद्धी आणि यंत्रमानव या दोघांचं एकत्रीकरण होणार असा तिसराही विचार आहे. यंत्रमानवाशी संबंधित असलेल्या तंत्रज्ञांचा 'सिंग्युलॅरिटी'वर भर आहे. यंत्रमानवांच्या बुद्धीत किंवा क्षमतेत वाढ होत जाऊन एके क्षणी ती मानवी बुद्धीवर मात करण्याचा क्षण असा आहे. हा क्षण होऊन गेल्यानंतर माणूस आणि यंत्रमानव यांच्यामधलं नातं नक्की कसं असेल, हा मती गुंग करून टाकणारा अद्भुत प्रश्न आहे. चित्रपटांच्या 'टर्मिनेटर' या मालिकेत 'सिंग्युलॅरिटी'चा क्षण झाल्यानंतर यंत्रमानव माणसांवरच उलटतात आणि माणसांशी युद्ध छेडतात असं दाखवलं आहे. प्रत्यक्ष आयुष्यात मात्र असं काही घडणार नाही आणि उलट मानवी आयुष्य आणखी सुखकर करण्यासाठी यंत्रमानवांचा वापर होईल असं तंत्रज्ञ म्हणतात. घातक, कंटाळवाण्या, पुन्हापुन्हा नाइलाजानं कराव्या लागणाऱ्या अनेक कामांमधून माणसाची सुटका होईल असा आशावाद ते व्यक्त करतात. याखेरीज आपल्या शरीरांमधले खराब झालेले किंवा जुने भाग नॅनो यंत्रमानव बदलून टाकतील अशी भन्नाट क्षमता उद्याच्या तंत्रज्ञानात असेल असं ते म्हणतात.

यंत्रमानवाशी संबंधित असलेल्या तंत्रज्ञांचा 'सिंग्युलॅरिटी'वर भर आहे. यंत्रमानवांच्या बुद्धीत किंवा क्षमतेत वाढ होत जाऊन एके क्षणी ती मानवी बुद्धीवर मात करण्याचा क्षण असा आहे. हा क्षण होऊन गेल्यानंतर माणूस आणि यंत्रमानव यांच्यामधलं नातं नक्की कसं असेल, हा मती गुंग करून टाकणारा अद्भुत प्रश्न आहे.

'सिंग्युलॅरिटी'चा म्हणजेच यंत्रमानवानं मानवी बुद्धीवर मात करण्याचा क्षण कधी ना कधी नक्की येणार, असं म्हणणारे तंत्रज्ञ 'मूरच्या नियमा'चा हवाला देतात. या नियमाचा सारांश म्हणजे संगणकामध्ये असलेल्या 'चिप'ची क्षमता दर अठरा महिन्यांनी दुप्पट होते. आजतागायत हा नियम खरा ठरला आहे आणि म्हणूनच संगणकांची क्षमता वाढत जात असतानाच त्याचा आकार छोटा होत चालला आहे. हाच नियम यंत्रमानव आणि त्याच्याशी संबंधित असलेल्या तंत्रज्ञानालाही लागू पडतो. याच्या आधारे किमान २०२३ मध्ये आणि कमाल २०४५ मध्ये यंत्रमानवांची क्षमता मानवी क्षमतेला ओलांडेल आणि 'सिंग्युलॅरिटी'चा क्षण उजाडेल असं तंत्रज्ञ मानतात.

'सिंग्युलॅरिटी'चा म्हणजेच यंत्रमानवानं मानवी बुद्धीवर मात करण्याचा क्षण कधी ना कधी नक्की येणार, असं म्हणणारे तंत्रज्ञ 'मूरच्या नियमा'चा हवाला देतात. या नियमाचा सारांश म्हणजे संगणकामध्ये असलेल्या 'चिप'ची क्षमता दर अठरा महिन्यांनी दुप्पट होते. आजतागायत हा नियम खरा ठरला आहे आणि म्हणूनच संगणकांची क्षमता वाढत जात असतानाच त्याचा आकार छोटा होत चालला आहे. हाच नियम यंत्रमानव आणि त्याच्याशी संबंधित असलेल्या तंत्रज्ञानालाही लागू पडतो. याच्या आधारे किमान २०२३ मध्ये आणि कमाल २०४५ मध्ये यंत्रमानवांची क्षमता मानवी क्षमतेला ओलांडेल आणि 'सिंग्युलॅरिटी'चा क्षण उजाडेल असं तंत्रज्ञ मानतात.

'यंत्रमानवी बुद्धी मानवी बुद्धीवर मात करू शकणार नाही' असं म्हणणारे तंत्रज्ञ अनेक मुद्द्यांचा आधार घेतात. अगदी महत्त्वाची गोष्ट म्हणजे मानवी मेंदूचं काम अचूकपणे समजून घेणं आणि त्याची रचना बारकाईनं समजून घेणं मेंदूतज्ज्ञांना अजूनही जमलेलं नाही. यंत्रमानवांशी संबंधित असलेलं कृत्रिम बुद्धिमत्तेचं तंत्रज्ञान सध्या Weak artifical intelligence आणि Strong artifical intelligence अशा दोन प्रकारांमध्ये विभागलं जातं. यामधला पहिला प्रकार एखादं ठरावीक प्रकारचं काम करण्यासाठीचा असतो. उदाहरणार्थ, एखाद्या कारखान्यामध्ये घातक पदार्थ एकीकडून दुसरीकडे नेण्याचं काम 'शिकलेला' यंत्रमानव या पहिल्या प्रकारचा असतो. दुसऱ्या विभागात किंवा प्रकारात माणसासारखी सर्वसमावेशक बुद्धी आणि जाण असलेला यंत्रमानव असतो. अर्थातच पहिल्या प्रकारच्या यंत्रमानवांशी संबंधित असलेल्या तंत्रज्ञानामध्ये विलक्षण प्रगती होताना दिसते. असे यंत्रमानव ठरावीक प्रकारचं काम करत असल्यामुळे त्या कामाशी संबंधित असलेलं हार्डवेअर आणि सॉफ्टवेअर यांच्यावरच संबंधितांना लक्ष केंद्रित करणं शक्य होतं. दुसऱ्या प्रकारचे यंत्रमानव तयार करणं मात्र अजिबातच सोपं नाही. मानवी बुद्धी आणि यंत्रमानवी बुद्धी यांच्यामधला फरक प्रचंड तर आहेच; पण तो सहजपणे दूर करणंही जमण्यासारखं नाही.

कदाचित आपण सध्या दोन दशकांपूर्वीच्या इंटरनेटसारख्या परिस्थितीत आहोत. एखाद्या वेबसाईटचा वापर करून आपण हातात मावेल अशा उपकरणावर अतिउत्कृष्ट दर्जाचा व्हीडिओ सहजपणे बघू शकू असं कुणी तेव्हा म्हटलं असतं तर आपला त्यावर विश्वास बसला असता का? त्याच धर्तीवर काही दशकांमध्येच यंत्रमानव आपल्यासोबत रस्त्यामध्ये चालतील, आपल्या घरामधली सगळी कामं करतील, आपल्या घरातल्या वृद्ध माणसांची काळजी घेण्यापासून त्यांना फिरायला

नेण्यापर्यंतची सगळी जबाबदारी पार पाडतील. अशा प्रकारच्या गोष्टींवर आत्ता आपला सहजपणे विश्वास बसणं शक्यच नाही. अर्थातच या गोष्टी आज-उद्या घडणार नसल्या तरी त्या काही वर्षांमध्येच बघायला मिळतील याची दाट शक्यता आहे.

२०१४ च्या मे महिन्यात केंब्रिज विद्यापीठात भौतिकशास्त्रावर संशोधन करणाऱ्या आणि जगविख्यात असलेल्या स्टीफन हॉकिंगनं एक लेख लिहिला. यामुळे सगळीकडे प्रचंड खळबळ माजली. 'इंडिपेण्डण्ट' या वर्तमानपत्रात तो छापून आला. या लेखात हॉकिंगनं विचार करू शकणारी बुद्धिमान यंत्रं तयार करण्याची घटना ही मानवी इतिहासामधली सगळ्यात महत्त्वाची चूक ठरेल असं म्हटलं होतं. असा यंत्रमानव माणसावर मात करेल आणि याला निव्वळ स्वप्नरंजन मानून त्याकडे दुर्लक्ष करणं ही आपली सगळ्यात भयंकर चूक ठरेल, असाही उल्लेख या लेखात होता. आजवरच्या कुठल्याही यंत्रमानवामध्ये किंवा कृत्रिम बुद्धिमत्तेवर आधारित असलेल्या तंत्रज्ञानामध्ये माणसाइतकी हुशारी नाही. अगदी 'आयबीएम वॉटसन' या आजवरच्या सगळ्यात प्रगत समजल्या जाणाऱ्या कृत्रिम बुद्धिमत्तेच्या यंत्रणेचा आवाकाही मर्यादित स्वरूपाचा आहे. म्हणूनच या यंत्रणा खऱ्याखुऱ्या कृत्रिम बुद्धिमत्तेवर आधारलेल्या नाहीत. त्याचा एक भाग म्हणून आपण त्यांचा विचार करतो. स्वतःच्या अस्तित्वाची जाणीव असलेला, सातत्यानं नवं शिकणारा, आधीच्या प्रसंगांमधून योग्य ते धडे घेणारा आणि चुकांची पुनरावृत्ती न करणारा, विचार करू शकणारा यंत्रमानव हे तंत्रज्ञांचं स्वप्न आहे. खरोखरच असा यंत्रमानव अस्तित्वात येऊ शकेल का, याविषयी अनेक शंका आहेत. 'सिंग्युलॅरिटी'च्या तत्त्वावर दृढ विश्वास असलेल्या लोकांना मात्र याविषयी अजिबात शंका वाटत नाही. इतकंच नव्हे तर अजून काही दशकांमध्येच अशा प्रकारचा विचारी आणि

केंब्रिज विद्यापीठात भौतिकशास्त्रावर संशोधन करणाऱ्या आणि जगविख्यात असलेल्या स्टीफन हॉकिंगनं एक लेख लिहिला. यामुळे सगळीकडे प्रचंड खळबळ माजली. 'इंडिपेण्डण्ट' या वर्तमानपत्रात तो छापून आला. या लेखात हॉकिंगनं विचार करू शकणारी बुद्धिमान यंत्रं तयार करण्याची घटना ही मानवी इतिहासामधली सगळ्यात महत्त्वाची चूक ठरेल असं म्हटलं होतं. असा यंत्रमानव माणसावर मात करेल आणि याला निव्वळ स्वप्नरंजन मानून त्याकडे दुर्लक्ष करणं ही आपली सगळ्यात भयंकर चूक ठरेल, असाही उल्लेख या लेखात होता.

हुशार यंत्रमानव आपल्यात असेल असं ते म्हणतात. इतर काही लोक मात्र विनाकारणच कृत्रिम बुद्धिमत्तेच्या संकल्पनेविषयी अतिरंजित बढाया मारल्या जात असल्याविषयी तीव्र नापसंती व्यक्त करतात. इतकंच नव्हे तर या बढायांमुळे आत्तापर्यंत ४-५ वेळा अनेक जणांचे भ्रमाचे भोपळे फुटलेले असून या तंत्रज्ञानामध्ये अजिबात दम नसल्याचं अनेक जणांचं मत झालं आहे. अर्थात सर्वव्यापी कृत्रिम बुद्धिमत्तेची संकल्पना कदाचित अतिरंजित असेल; पण काही बाबतींमध्ये मात्र ती हळूहळू जोर पकडायला लागली आहे यात अजिबात शंका नाही.

यामधल्या 'सिंग्युलॅरिटी'च्या संकल्पनेविषयीचं पहिलं भाष्य जॉन व्हॉन न्यूमन या प्रसिद्ध संगणक संशोधकानं १९५०च्या दशकात केलं. ॲस्ट्रोफिजिक्स या भौतिकशास्त्रामधल्या अत्यंत गूढ आणि आधुनिक शाखेमध्येही खरं म्हणजे 'सिंग्युलॅरिटी' हा शब्द वापरतात. तिथे या शब्दाचा अर्थ 'ब्लॅकहोल'मधला एक बिंदू असा लावला जातो. म्हणजेच जिथे गुरुत्वाकर्षणासकट निसर्गामधले इतर नियम एक तर लागू पडत नाहीत किंवा प्रचंड वेगळ्या प्रकारे लागू पडतात. उदाहरणार्थ, तिथे गुरुत्वाकर्षणाची शक्ती इतकी प्रचंड असते की तिथून प्रकाशालाही बाहेर पडता येत नाही. म्हणूनच ते 'ब्लॅकहोल' असतं. म्हणूनच कृत्रिम बुद्धिमत्तेच्या दुनियेत 'सिंग्युलॅरिटी' हा शब्द वापरला जातो. नेहमीच्या मानवी जगाला लागू पडणारे सगळे नियम उद्ध्वस्त करण्याची क्षमता असलेलं हे तंत्रज्ञान असल्याची चुणूक आपल्याला या नावातून मिळते. २००५ मध्ये 'Singularity Is Near : When Humans Transcend Biology' नावाचं पुस्तक लिहिणाऱ्या रे कर्झव्हाईल यानं त्याविषयी विस्तारानं भाष्य केलं. २०२० पर्यंत ही संकल्पना बऱ्यापैकी अस्तित्वात येईल आणि २०४५ पर्यंत तिनं सगळ्या जगाला वेढलेलं असेल असं कर्झव्हाईल म्हणतो. अत्यंत नावाजलेला आणि कुशाग्र बुद्धीचा कर्झव्हाईल जगभरात मोठा तज्ज्ञ म्हणून ओळखला जातो. त्याच्या भाकितांविषयीही अनेक जणांना आदर आहे. हे सगळं गृहीत धरूनसुद्धा त्याच्या काही संकल्पनांना हसण्यावारी न्यावं असं म्हणण्याचं धाडस आपण करू शकतो. उदाहरणार्थ, कर्झव्हाईलचे वडील आता या जगात नाहीत. त्यांना पुन्हा जिवंत करण्याची कर्झव्हाईलची इच्छा आहे. यासाठी आपण त्यांच्या पुरलेल्या मृतदेहातून डीएनए काढून घेणार असल्याचं आणि नॅनो तंत्रज्ञान वापरून त्यांना पुनरुज्जीवित करणार असल्याचं त्यानं म्हटलं आहे!

एकूणच 'सिंग्युलॅरिटी'च्या संकल्पनेवर पक्का विश्वास असलेल्या लोकांचा माणसाच्या अमरत्वावरही तितकाच गाढा विश्वास असतो. आपण आपलं मरण लांबवत नेत अमरत्वाच्या दिशेनं वाटचाल करू शकतो अशी त्यांना खात्री वाटते.

> 'सिंग्युलॅरिटी'च्या संकल्पनेवर पक्का विश्वास असलेल्या लोकांचा माणसाच्या अमरत्वावरही तितकाच गाढा विश्वास असतो. आपण आपलं मरण लांबवत नेत अमरत्वाच्या दिशेनं वाटचाल करू शकतो अशी त्यांना खात्री वाटते. याचं कारण म्हणजे सातत्यानं तंत्रज्ञानात होत असलेल्या बदलांमुळे दर काही वर्षांनंतर एकदम सनसनाटी वाटणाऱ्या घडामोडी घडतात आणि त्या आपल्याला मरणासंबंधीचे प्रश्न सोडवायला मदत करतात असं हे लोक मानतात. स्वत: कर्झव्हाईलला 'सिंग्युलॅरिटी'ची संकल्पना त्याच्या भाकितानुसार २०४५ पर्यंत अस्तित्वात आलेली अनुभवायची आहे. यामुळे त्याचं सध्याचं उद्दिष्ट किमान तोपर्यंत तरी जिवंत राहण्याचं आहे.

याचं कारण म्हणजे सातत्यानं तंत्रज्ञानात होत असलेल्या बदलांमुळे दर काही वर्षांनंतर एकदम सनसनाटी वाटणाऱ्या घडामोडी घडतात आणि त्या आपल्याला मरणासंबंधीचे प्रश्न सोडवायला मदत करतात असं हे लोक मानतात. स्वत: कर्झव्हाईलला 'सिंग्युलॅरिटी'ची संकल्पना त्याच्या भाकितानुसार २०४५ पर्यंत अस्तित्वात आलेली अनुभवायची आहे. यामुळे त्याचं सध्याचं उद्दिष्ट किमान तोपर्यंत तरी जिवंत राहण्याचं आहे. यासाठी तो दररोज निरनिराळ्या प्रकारच्या सुमारे २०० गोळ्या घेतो! याविषयी त्यानं आपल्या एका सहलेखकाबरोबर २ पुस्तकंही लिहिली आहेत.

नोम चॉम्स्की

स्टीव्हन पिंकर

आपण कर्झव्हाईलच्या संकल्पना म्हणजे 'मुंगेरीलाल के सपने' या प्रकारातल्या आहेत असं म्हणून त्या सहजपणे निकालात काढू शकत नाही. याचं कारण म्हणजे 'गुगल'चे संस्थापक लॅरी पेज आणि सर्गे ब्रिन यांनी २०१२ मध्ये कृत्रिम बुद्धिमत्तेच्या संशोधनाच्या कामामध्ये कर्झव्हाईलला गुगलमध्ये नोकरी दिली. बिल गेट्सही कर्झव्हाईलला कृत्रिम बुद्धिमत्तेच्या संदर्भातली भाकितं करण्याविषयीचा जाणकार मानतो. माणसाचं वय वाढल्यामुळे होणारे आजार दूर करणं, चिरतरुण व अमर राहणं, यासाठी कॅलिको नावाची कंपनी उघडली.

मेंदू आणि भाषा या विषयांमधला जागतिक पातळीवरचा तज्ज्ञ म्हणून ओळखला जाणारा नोम चॉम्स्की मात्र 'सिंग्युलॅरिटी'च्या संकल्पनेला

अजिबात मानत नाही. ही निव्वळ कल्पनांची भरारी असल्याचं स्पष्टपणे सांगून तो या गोष्टीला विज्ञानकथेचा भाग मानतो. हार्वर्ड विद्यापीठाच्या मानसशास्त्र विभागात संशोधन करणारा आणि जागतिक पातळीवरचा अत्यंत लोकप्रिय लेखक असलेला स्टीव्हन पिंकरसुद्धा याच मताचा आहे. इतकंच नव्हे तर संगणकांसकट सगळ्या इलेक्ट्रॉनिक यंत्रणांची क्षमता दर १८ महिन्यांनी दुप्पट होत जाईल, असं भाकित करणारा गॉर्डन मूरसुद्धा 'सिंग्युलॅरिटी'ला खऱ्या जगात स्थान नसल्याचं मानतो.

गॉर्डन मूर

'सिंग्युलॅरिटी'ची संकल्पना २०४५ पर्यंत प्रत्यक्षात येईल असं म्हटलं जात असलं, तरी हे घडणं अशक्य असल्याचं मतही अनेक जण व्यक्त करतात. या संदर्भातली त्यांची विधानं अशी आहेत :

१. **'अतिबुद्धिमान कुत्रा' ही संकल्पना :** आपल्या मेंदूमधल्या न्यूरॉन्सची संख्या आणि रचना ही प्रचंड गुंतागुंतीची आहे. या तुलनेनं संगणकीय यंत्रणांमध्ये वापरल्या जाणाऱ्या सिलिकॉन या मुख्य धातूच्या संदर्भात एक मुख्य तांत्रिक फायदा आहे. इंटेल कंपनीच्या संस्थापकांपैकी एक असलेल्या गॉर्डन मूरनं मांडलेला आणि *'मूरचा नियम'* म्हणून ओळखला जाणारा सिद्धांत याच्या मुळाशी आहे. मूरच्या सिद्धांतानुसार संगणक आणि त्यासारख्या सगळ्या यंत्रणांमधल्या सिलिकॉनवर आधारित असलेल्या उपकरणांची संख्या दर १८ महिन्यांनी दुप्पट होते. यामुळे दर १८ महिन्यांनी या उपकरणांची क्षमता जवळपास दुपटीनं वाढते. ही क्षमता उपकरणांचा वेग जवळपास दुप्पट करते. कृत्रिम बुद्धिमत्तेच्या संदर्भातला यामधला मुख्य मुद्दा म्हणजे उपकरणांचा वेग वाढत गेल्यामुळे ते खरोखर हुशार होतील असं नाही. उदाहरणार्थ, एखाद्या कुत्र्याला आपण खूप वेगानं विचार करायला शिकवलं तरी तो बुद्धिबळ खेळू शकणार नाही! यासाठी

मूरच्या सिद्धांतानुसार संगणक आणि त्यासारख्या सगळ्या यंत्रणांमधल्या सिलिकॉनवर आधारित असलेल्या उपकरणांची संख्या दर १८ महिन्यांनी दुप्पट होते. यामुळे दर १८ महिन्यांनी या उपकरणांची क्षमता जवळपास दुपटीनं वाढते. ही क्षमता उपकरणांचा वेग जवळपास दुप्पट करते.

आवश्यक असलेले बुद्धीचे घटक, विचार करण्याची क्षमता, भाषिक कौशल्य हे सगळं कुत्र्याच्या मेंदूत नसतं. म्हणूनच प्रसिद्ध लेखक स्टीव्हन पिंकर 'आपल्यासमोरचे सगळे प्रश्न सोडवण्याची क्षमता फक्त यंत्रांमधली तांत्रिक क्षमता खूप वाढवून येणार नाही' असं म्हणतो. म्हणजेच कुठल्याही प्रश्नासंबंधीचा विचार खूप वेगानं किंवा खूप काळ करण्यानं तो सोडवण्याची क्षमता निर्माण होत नाही. याचाच अर्थ 'बुद्धी' निर्माण होत नाही.

कुठल्याही प्रश्नासंबंधीचा विचार खूप वेगानं किंवा खूप काळ करण्यानं तो सोडवण्याची क्षमता निर्माण होत नाही. याचाच अर्थ 'बुद्धी' निर्माण होत नाही.

२. **'कृत्रिम बुद्धिमत्तेच्या वाढी'चा मंदावणारा आलेख :** 'सिंग्युलॅरिटी' मधला आणखी एक मुद्दा बुद्धिमत्तेची वाढ सातत्यानं म्हणजेच ठरावीक दरानं होण्याचा आहे. म्हणजेच जसजशी कृत्रिम बुद्धिमत्तेची संकल्पना आणखी विकसित होत जाईल, तसतशी तिची क्षमता एकसारख्या दरानं होत राहील असं तज्ज्ञ म्हणतात. प्रत्यक्षात मात्र असं घडताना दिसत नाही. या तंत्रज्ञानाची प्रगती एकदम सुरुवातीला खूप वेगानं झाल्याचं आणि त्यानंतर मात्र हा वेगाचा आलेख सपाट होत चालल्याचं दिसून येतं. म्हणजेच कृत्रिम बुद्धिमत्तेच्या तंत्रज्ञानाचा विकास सुरुवातीला झपाट्यानं झालेला असला तरी त्यानंतर या विकासाचा दर कमी होत गेला आहे. साहजिकच हे तंत्रज्ञान जितक्या झपाट्यानं वाढेल, असं मानलं जात असे; तो झपाटा प्रत्यक्षात अजिबात आढळलेला नाही. यामुळे यंत्रांची बुद्धिमत्ता मानवी बुद्धिमत्तेएवढी लवकरच होईल हा आशावाद फोल ठरण्याची चिन्हं आहेत.

एकूणच यंत्रांची विचार करण्याची क्षमता आणि बुद्धिमत्ता या गोष्टींच्या बाबतीत माणसाशी बरोबरी होऊ शकेल का आणि ती झाली तर नक्की केव्हा होईल, हे सांगणं मोठं कठीण आहे. अजून तरी ही विज्ञानकथांसारखी कविकल्पनाच आहे असं सध्याचं चित्र आहे.

●●●

७. मागे वळून पाहताना

कृत्रिम बुद्धिमत्तेची संकल्पना एकदम रुक्षही नाही किंवा काव्यात्मकही नाही. ही संकल्पना अनेक जणांनी कविकल्पनेसारखी मांडली असली तरी तिला मूर्त स्वरूप मिळण्यासाठी अनेक शाखांचा हातभार लागला. यात प्रामुख्यानं तत्त्वज्ञान, तर्कशास्त्र, जीवशास्त्र, मानसशास्त्र, सांख्यिकीशास्त्र आणि इंजिनिअरिंग यांचा समावेश करता येईल.

सकाळी ठरावीक वेळेला गजराच्या घड्याळाची घंटा वाजून आपल्याला जाग येते. आपण पटापट चहा पिऊन वगैरे अंघोळीला पळतो. तिथे आपला आजचा दिवस कसा जाणार आहे, आपल्याला काय काय करायचं आहे या विचारांमध्ये आपण गुंतून जातो. आपण एखाद्या यंत्रासारखे उठून आवरायला पळालेले असतो; पण आता या यंत्राचा माणूस बनत असतो. आपल्या मनावर असलेलं अस्पष्ट विचारांचं धुकं आता निवळत असतं. आपण संभ्रमी अवस्थेतून आता स्पष्टतेकडे जात असतो. आता निर्णय, भावना, स्फूर्ती, अभिमानास्पद आणि हास्यास्पद अशा दोन्ही विचारांनी आपल्याला वेढलेलं असतं. या सगळ्या गोष्टी एखाद्या यंत्राला कधी जाणवत तरी असतील का? काही काळासाठी आपण एक माणूस नसून एक संगणक आहोत असं समजू. अशा वेळी एखादं सूक्ष्मदर्शक यंत्र घेऊन आपण आपल्या मनाच्या आत डुबक्या मारून ते नक्की काय करतं आहे, याचा विचार करू शकू. आता आपण तयार होऊन कामाला निघालो आहोत. त्यामुळे आपण आपल्या इमारतीच्या पायऱ्या उतरून खाली आलो आहोत. बस पकडून आपल्याला आता आपल्या कार्यालयाच्या दिशेनं जायचं आहे. पण तेवढ्यात आपण आपली छत्री घरी विसरून आलेलो असल्याचं आपल्या लक्षात आलं आहे. आता आपण परत घरी जाऊन छत्री आणायची आणि त्यामुळे आपली नेहमीची बस चुकवायचा

धोका पत्करायचा; की भिजायचा धोका पत्करायचा? एखाद्या सेकंदासाठी आपल्या मनात खूप चलबिचल होईल. अर्थातच आपण त्यातून काही तरी मार्ग काढू. थोडक्यात म्हणजे निर्णय घेऊ. समजा आपण छत्री आणण्यासाठी परत घरी जायचं ठरवलं आहे. हा निर्णय 'आपल्याला त्या क्षणी काय योग्य वाटेल ते करणं' या प्रकारात म्हणजे 'गट फिल' मोडणारा आहे.

आपण माणूस नसून संगणक आहोत असं समजू. आता मात्र आपण घेतलेला निर्णय या आपल्याला काय वाटलं या गोष्टीवर अवलंबून नसून अनेक शक्यतांचा विचार करून घेतलेला निर्णय असेल. या शक्यता तपासणं, त्यासाठीची माहिती हुडकून त्याचा अर्थ लावणं, त्याआधारे झटपट पुढे काय करायचं हे ठरवणं या सगळ्या गोष्टी इतक्या पटापट होतील की आपल्याला ते कळणारही नाही. उदाहरणार्थ, आपल्या स्मृतीतून आदल्या रात्रीचा हवामान खात्याचा दूरचित्रवाणीवरचा अंदाज परत तपासला जाईल. तसंच आजच्या वर्तमानपत्रातला हवामानाचा अंदाजही तपासला जाईल. तसंच सकाळी आपण खिडकीतून बाहेर बघितलं तेव्हा आकाशात ढग दाटून आले होते का आभाळ निरभ्र वाटत होतं हे आठवलं जाईल. मग दिनदर्शिकेमधून हा कुठला महिना आहे आणि आज त्यामधली कोणती तारीख आहे, ही माहिती मागवली जाईल. त्याआधारे आज पाऊस पडायची शक्यता कितपत आहे ही माहिती आपण यापूर्वी आपल्या आयुष्यातल्या आधीच्या सप्टेंबर महिन्यांच्या हजारो दिवसांच्या माहितीच्या साठ्यातून लगेचच मिळवली जाईल. हे सगळं सुरू असतानाच एक दुसरी गोष्टही विचारात घेतली जात असेल. ती म्हणजे आपल्या घड्याळात किती वाजले आहेत आणि त्यानुसार बसच्या वेळापत्रकात ती बसते आहे का? त्यात आपण वर जाऊन छत्री आणणार असू तर त्यामुळे आणखी किती वेळ लागेल आणि मग त्यामुळे आपली बस चुकेल का? तसंच ती चुकली तर मग पुढची बस किती वाजताची आहे आणि ती मिळाली तरी आपल्याला योग्य वेळेत कार्यालयात पोहोचता येईल का, वगैरे. या सगळ्या हिशेबाच्या शेवटी आपल्या मेंदूनं आपल्या भिजण्याच्या शक्यतेला १० पैकी ९ आणि आपली बस चुकायच्या शक्यतेला १० पैकी ८ गुण दिले आहेत असं समजू. अर्थातच या सगळ्या माहितीच्या आणि त्या माहितीच्या पृथक्करणाच्या आधारे आपण परत घरी जाऊन छत्री आणली पाहिजे या निर्णयाप्रत येऊ!

पण हे सगळं खरंच इतकं सोपं असतं का? प्रत्येक माणूस याच प्रकारे विचार करून निर्णयाप्रत येतो का? प्रत्येक माणूस हा शेवटी एक स्वतंत्र व्यक्तिमत्त्व असल्यानं प्रत्येकाच्या विचारसरणीत आणि म्हणूनच निर्णयप्रक्रियेत फरक नसतो

का? नक्कीच असतो. आपल्याला पावसात भिजण्यासंबंधी वाटणारी भीती ही बस चुकायच्या भीतीपेक्षा जास्त महत्त्वाची वाटली; पण इतर अनेक जणांना त्याच्या बरोबर उलटं वाटू शकेल. इतकंच नव्हे तर आपण या दोन्ही भीतींची 'पातळी' एका पट्टीवर मोजली तर त्यांची अचूक मोजमापं आपल्याला घेता येतील. उदाहरणार्थ 'भिजायची भीती १० पैकी ८ आणि उशीर व्हायची भीती १० पैकी ६'. तसंच कुठल्या माणसात ही मोजमापं नक्की काय असतील, हे आपण नक्की सांगू शकणार नाही. म्हणजेच आपण जर आपल्या मनाला एक संगणक मानणार असलो तर अशा लाखो शक्यतांचा विचार करून त्यापैकी कोणत्या प्रसंगात कुठली शक्यता निवडायची आणि कुठल्या शक्यतेकडे दुर्लक्ष करायचं, हे आधी विचारात घेतलं पाहिजे. म्हणजेच अतिशय किचकट गोष्टींचा अनेकांच्या दृष्टिकोनांमधून आपण विचार केलेला असला पाहिजे.

आता आपण पुन्हा आपल्या उदाहरणाकडे वळू. आता छत्री हातात घेऊन आपण घाईघाईत दाराबाहेर पडत असताना आपल्याला आपला शेजारी दिसेल. त्याचं नाव आपल्याला आठवत नसेल; पण आपण तसंच त्याच्याकडे बघून अभिवादन आणि स्मितहास्य करून पुढे जायला लागू. बाहेर पडल्यावर जवळच्या वर्तमानपत्रवाल्याकडून आपण नेहमीच्या सवयीनं 'बातमी' हे वर्तमानपत्र घ्यायच्याऐवजी ऐनवेळी 'खबर' हे वर्तमानपत्र घेऊ. हा बदल आपण अगदी शेवटच्या क्षणी केलेला असेल. असं करण्यामागे दोनपैकी एक कारण असतं: (१) गेल्या आठवड्यात एका पार्टीला आपण गेलेलो असताना आपला 'वृत्तपत्रांची भूमिका आणि त्यांचं आजकालचं स्वरूप' या विषयावरून कुणाशी तरी वाद झालेला असतो. त्या वेळी त्या माणसानं आपल्याला 'तुम्ही फारच बुद्धिवादी आहात बुवा' असं म्हटलेलं असतं आणि त्याचं हे विधान आपल्या जिव्हारी लागलेलं असतं. खरं म्हणजे आपण वेगळ्याच प्रकारानं आपला मुद्दा मांडायचा प्रयत्न केलेला असतो; पण ते त्या माणसाला कळालेलंच नसतं. आज त्या वर्तमानपत्रवाल्याकडच्या 'बातमी' या वर्तमानपत्राच्या गठ्ठ्याकडे गेलेला आपला हात आपसूकच एक फूट उजवीकडे जाऊन 'खबर'च्या गठ्ठ्याकडे वळलेला असतो! (२) आजच्या 'खबर'मध्ये आपण 'महेंद्रसिंग धोनीची निवृत्ती' असा मथळा बघितलेला असतो. परवाच तर आपण त्याला एका सामन्यात तडाखेबंद शतक काढताना बघितलेलं असतं. त्याच वेळी आपल्या डोक्यात हा माणूस निवृत्त झाल्यावर आपल्या क्रिकेटचं काय होणार, असा विचार चमकून गेलेला असतो. आज ही बातमी अचानकपणे आलेली बघून आपण अगदी यांत्रिकपणे 'खबर'कडे ओढले गेलेले

असतो. तेवढ्यात आपली बस येते. आपण बसमध्ये बसतो आणि वर्तमानपत्र वाचायला सुरुवात करतो. साधारण तीन किंवा चार परिच्छेद वाचून झाल्यावर आपला त्या बातमीतला रस ओसरायला लागतो. आपण वर्तमानपत्राची घडी घालतो आणि आपल्यापुढे धोनीच्या काही संस्मरणीय खेळी फेर धरायला लागतात. एका बातमीमुळे अनेक सामने, त्यांच्यामधले प्रसंग आणि त्यातल्या चित्तथरारक घटना यांची आपल्या मनात पुनरावृत्ती होऊन त्याचं प्रतिबिंब आपल्या डोळ्यांसमोर उभं राहतं. तितक्यात आपलं लक्ष रस्त्याकडे जातं. आपलं कार्यालय आपल्याला रस्त्यावर दिसतं. आपण सगळ्या विचारांना शब्दशः पुसून टाकतो आणि झटकन उठून बसमधून बाहेर पडतो. आता दिवसभर आपलं मन असं भिरभिरून चालणार नसतं. आता त्याला शिस्तीनं विचार करून काम करायचं असतं; अगदी दिवसभर!

थोडक्यात सांगायचं तर आपण रोज करत असलेल्या सगळ्या गोष्टी अगदी स्पष्ट, सुसंगत आणि ठळक असतातच असं नाही. त्यात अनेक शक्यता असतात. आपण अनेक गोष्टी करत असताना त्याचा शेवट अमुकअमुकच होईल असं सांगता येत नसतं. अनेक शक्यता, त्यांचे असंख्य परिणाम आणि या सगळ्यांचं मिश्रण अशा या घटनांना संगणकाच्या साहाय्यानं कसं चालवायचं? उदाहरणार्थ, एखाद्या गायकाला ठरावीक समीकरणं सोडवल्यासारखं गाऊन चालणार नसतं. त्या दिवशी त्याचा आवाज त्याला अपेक्षित असेल तसाच लागेल असं खात्रीनं सांगता येत नसतं. एखादा लेखकही एखादी गोष्ट लिहायला बसतो तेव्हा त्याच्या डोक्यात त्या गोष्टीतली पात्रं, त्यांचे स्वभाव, वागणं, घटना यांचा साधारण अंदाज असतो; पण अगदी अचूकपणे सगळी गोष्ट तयार झालेली असते. ती गोष्ट तयार होणं हीच तर ऐनवेळी घडणारी प्रक्रिया असते. तरीही आपण कुठलीही गोष्ट वाचून काही निष्कर्ष काढू शकतो. उदाहरणार्थ, सर्वसाधारणपणे या लेखकाच्या गोष्टीतले साधारण १२ टक्के शब्द म्हणजे विशेषणं असतात, २१ टक्के वाक्यं उद्गारचिन्हांनी संपतात

आपण रोज करत असलेल्या सगळ्या गोष्टी अगदी स्पष्ट, सुसंगत आणि ठळक असतातच असं नाही. त्यात अनेक शक्यता असतात. आपण अनेक गोष्टी करत असताना त्याचा शेवट अमुकअमुकच होईल असं सांगता येत नसतं. अनेक शक्यता, त्यांचे असंख्य परिणाम आणि या सगळ्यांचं मिश्रण अशा या घटनांना संगणकाच्या साहाय्यानं कसं चालवायचं?

आणि असं बरंच काही. म्हणजेच आपण या लेखकाच्या लेखांचा, गोष्टींचा अक्षरशः कीस पाडून त्याचं विश्लेषण करू शकतो. असंच आपण इतर लेखकांच्या बाबतीत करू शकू का? हा विचार करणं म्हणजेच आपण एकाप्रकारे कृत्रिम बुद्धिमत्तेच्या तंत्रज्ञानावर विश्वास ठेवणं आहे. याचं कारण म्हणजे आता आपण हिशेबी भाषेत बोलत आहोत. अगदी यांत्रिकपणे शब्द मोजणं, वाक्यं कशानं संपतात, हे बघणं वगैरे अगदी कृत्रिम गोष्टी झाल्या. त्या गोष्टी वापरून आपण लेखकाची प्रतिभा 'मोजण्याचा' प्रयत्न करत आहोत. एकदा हे आपल्याला जमलं तर त्यानंतर आपण अशा प्रकारची माहिती संगणकाला पुरवू. त्यानंतर त्या संगणकात योग्य ते प्रोग्रॅम्स बसवले तर आपण त्या संगणकाला चक्क लेखक बनवून त्याच्याकडून गोष्टी लिहून घेऊ शकू! म्हणजेच ज्या गोष्टी सर्वसामान्यपणे फक्त माणसालाच जमू शकतात, असं आपण मानतो; त्या जर आपण संगणकाकडून तितक्याच सहजतेनं करून घेऊ शकलो तर कृत्रिम बुद्धिमत्ता आणि नैसर्गिक प्रतिभा यांचा वापर करून आपण संगणकाकडून वाटेल ते काम करून घेऊ शकू!

याचाच अर्थ कृत्रिम बुद्धिमत्तेची संकल्पना एकदम रुक्षही नाही किंवा काव्यात्मकही नाही. ही संकल्पना अनेक जणांनी कविकल्पनेसारखी मांडली असली तरी तिला मूर्त स्वरूप मिळण्यासाठी अनेक शाखांचा हातभार लागला. यात प्रामुख्यानं तत्त्वज्ञान, तर्कशास्त्र, जीवशास्त्र, मानसशास्त्र, सांख्यिकीशास्त्र आणि इंजिनिअरिंग यांचा समावेश करता येईल. त्यामधला किचकटपणा वगळून आपण फक्त अत्यंत महत्त्वाच्या कामगिरीचाच विचार करू.

ॲरिस्टॉटल

सगळ्यात पहिला क्रमांक लागतो तर्कशास्त्राचा. तर्कशास्त्राविषयीचे विचार खूप पूर्वीपासून मांडले गेले आहेत. मात्र याचं सखोल विवेचन ॲरिस्टॉटलनं प्रथमच केलं. दोन ठाम विधानं घेऊन त्यांचा एकमेकांशी संबंध जोडण्याचा पायंडा त्यानंच पाडला. तोपर्यंत ही विधानं स्वतंत्रपणे खरी असली तरी त्यांचा परस्परसंबंध काय असेल, याविषयी कुणी फारसं उत्सुक नसे. म्हणूनच असा परस्परसंबंध जोडण्यासंबंधीच्या syllogism या शाखेचा ॲरिस्टॉटल हाच एका अर्थी निर्माता होता असं आपण म्हणू शकतो. याचं एक उदाहरण बघू :

पहिलं ठाम विधान : मानव हा मर्त्य असतो.
दुसरं ठाम विधान : ग्रीस देशाचे सगळे नागरिक मानव आहेत.

या दोन ठाम विधानांच्या परस्परसंबंधांवरून आपण हा निष्कर्ष काढू शकतो :

ग्रीस देशाचे सगळे नागरिक मर्त्य आहेत.

हे मजेशीर तर आहेच; पण तिथवरच त्याची झेप जात नाही. आपण ही मूळ संकल्पना वापरून अनेक तर्क मांडू शकतो. उदाहरणार्थ, आपण आपल्या विधानांमधून मानव, ग्रीक, मर्त्य अशा गोष्टी समजा वगळल्या आणि त्याऐवजी आपण थोड्याशा गणिती भाषेत बोललो तर वर नमूद केलेलं उदाहरण असं दिसेल :

पहिलं ठाम विधान : सगळे 'य' हे 'क्ष' असतात.
दुसरं ठाम विधान : सगळे 'ज्ञ' हे 'य' असतात.

या दोन ठाम विधानांचा अर्थ लावून आपण हा निष्कर्ष काढू शकतो :

सगळे 'ज्ञ' हे 'क्ष' असतात.

हा अत्यंत महत्त्वाचा मुद्दा आहे. या गणिती भाषेमधल्या क्ष, य, ज्ञ ऐवजी आपण आपल्या नेहमीच्या भाषेमधले शब्द वापरून खरोखरची उदाहरणं देऊ शकतो. उदाहरणार्थ *सगळे क्रीडापटू निरोगी असतात* आणि *सगळे फुटबॉलपटू हे क्रीडापटू असतात या दोन विधानांना जोडून आपण सगळे फुटबॉलपटू निरोगी असतात* असं म्हणू शकतो.

जगासमोर ही संकल्पना आणणारा ॲरिस्टॉटल हा प्लेटोचा शिष्य एक मोठा तत्त्वज्ञ म्हणून प्रसिद्ध होता. अथेन्सपासून ३२० किलोमीटर्स अंतरावर असलेल्या एका शहरात त्याचा जन्म झाला. ॲरिस्टॉटलचे वडील त्या काळातले नावाजलेले डॉक्टर होते. लहानपणापासूनच ॲरिस्टॉटलच्या घरी वैद्यकशास्त्राशी संबंधित असलेल्या वेगवेगळ्या गोष्टींची चर्चा होणं त्यामुळे अगदी स्वाभाविकच होतं. ॲरिस्टॉटलचे वडील मॅसेडॉन या गावाच्या राजाचे चांगले मित्रही होते. ॲरिस्टॉटलची मतं लहानपणापासूनच वैज्ञानिक होती. तरुणपणी त्यानं प्लेटोचं शिष्यत्व स्वीकारलं. त्याची मतं मात्र प्लेटोपेक्षा वेगळी होती. ॲरिस्टॉटल प्लेटोकडून २० वर्षं शिकला; पण सुरुवातीपासूनच त्यांच्यात मतभेद होते. नंतर

कालांतरानं ॲरिस्टॉटलनं प्लेटोची अकादमी सोडली आणि तो स्वत:ची मतं मांडायला लागला. त्यानं खगोलशास्त्र, भौतिकशास्त्र, नीतिशास्त्र, धर्म, सौंदर्यशास्त्र, जीवशास्त्र, राज्यशास्त्र आणि मानसशास्त्राचा खोलवर विचार केला. ॲरिस्टॉटलएवढा प्रभावशाली विचारवंत आणि तत्त्वज्ञ आत्तापर्यंत पाश्चिमात्य तत्त्वज्ञांमध्ये झाला नाही. स्मृती, संवेदना, प्रेरणा, भावना, व्यक्तिमत्त्व अशा मानसशास्त्राशी निगडित असलेल्या अनेक गोष्टींवर त्यानं भाष्यं केली. 'शरीर आणि आत्मा यांचं अस्तित्व वेगळं असून आत्मा हा माणसाच्या सगळ्या विचारधारेचं मूळ आहे' असं ॲरिस्टॉटल म्हणे.

त्यांच्यातले हे मतभेद वाढत गेले. त्या दोघांच्या वयामध्येही खूप अंतर असल्यामुळे हे तसं साहजिकच होतं. त्यामुळे प्लेटोनंही मोठ्या मनानं हे सगळं स्वीकारलं. ॲरिस्टॉटलनं इतकी पुस्तकं गोळा केली होती की प्लेटो कौतुकानं ॲरिस्टॉटलच्या घराला 'वाचकाचं घर' असं म्हणायचा.

कालांतरानं ॲरिस्टॉटलनं प्लेटोची अकादमी सोडली आणि तो स्वत:ची मतं मांडायला लागला. त्यानं खगोलशास्त्र, भौतिकशास्त्र, नीतिशास्त्र, धर्म, सौंदर्यशास्त्र, जीवशास्त्र, राज्यशास्त्र आणि मानसशास्त्राचा खोलवर विचार केला. ॲरिस्टॉटलएवढा प्रभावशाली विचारवंत आणि तत्त्वज्ञ आत्तापर्यंत पाश्चिमात्य तत्त्वज्ञांमध्ये झाला नाही. स्मृती, संवेदना, प्रेरणा, भावना, व्यक्तिमत्त्व अशा मानसशास्त्राशी निगडित असलेल्या अनेक गोष्टींवर त्यानं भाष्यं केली. 'शरीर आणि आत्मा यांचं अस्तित्व वेगळं असून आत्मा हा माणसाच्या सगळ्या विचारधारेचं मूळ आहे' असं ॲरिस्टॉटल म्हणे.

आजची 'जेस्टॉल्ट सायकॉलॉजी' ही तर ॲरिस्टॉटलच्या विचारांवर आधारलेली आहे. जेस्टॉल्ट सायकॉलॉजीमध्ये कुठल्याही गोष्टींच्या संपूर्ण आकाराला (फॉर्म) महत्त्व दिलेलं असतं. नुसत्याच त्यातल्या बिंदू, रेषा, वर्तुळ अशा त्याच्या निरनिराळ्या आकाराच्या वेगवेगळ्या भागांना फारसं महत्त्व नसतं. थोडक्यात एखादी गोष्ट अनेक भागांनी बनलेली असेल तर नुसतंच त्या भागांची बेरीज केली तर आपली मूळ गोष्ट मिळत नाही : The whole is more than the sum of its parts. या थिअरीवर कान्ट, अन्स्ट मॅख या तत्त्वज्ञांचा जसा प्रभाव पडला होता, तसाच ॲरिस्टॉटलच्याही विचारांचा प्रभाव पडला होता.

गॉटफ्राईड लिब्निझ

ॲरिस्टॉटलनं दाखवलेला हा मार्ग पुढे अनेक जणांनी समृद्ध केला. आपल्या आधुनिक काळातल्या कृत्रिम बुद्धिमत्तेच्या संकल्पनेची मुळं यातच आहेत. त्यावर सखोल विचार गॉटफ्राईड लिब्निझ (१६४६-१७१६) यानं केला. गणितामधली 'कॅल्क्युलस' ही अत्यंत महत्त्वाची शाखा न्यूटननं उभी केली का लिब्निझनं, याविषयी वादविवाद आहेत. या दोन महान शास्त्रज्ञांचं त्यावरून प्रचंड मोठं भांडणही होतं. त्यासाठी लिब्निझनं मूळ संख्या ('प्राईम नंबर्स') हे उदाहरण डोळ्यांसमोर ठेवलं. ज्या संख्येला फक्त १ आणि ती संख्या सोडून दुसऱ्या कुठल्याच संख्येनं पूर्ण भाग जात नाही अशी संख्या म्हणजे मूळ संख्या. उदाहरणार्थ, ७ या संख्येला फक्त १ आणि ७ याच संख्यांनी भाग जात असल्यामुळे ती मूळ संख्या आहे; पण ६ या संख्येला १ आणि ६ यांबरोबरच २ आणि ३ यांनीसुद्धा पूर्ण भाग जातो, त्यामुळे ती मूळ संख्या नाही. जसं आपण कुठल्याही संख्येला आधी २ नं भागून पूर्ण भाग जातो का, हे तपासू शकतो, नसेल

ज्या संख्येला फक्त १ आणि ती संख्या सोडून दुसऱ्या कुठल्याच संख्येनं पूर्ण भाग जात नाही अशी संख्या म्हणजे मूळ संख्या. उदाहरणार्थ, ७ या संख्येला फक्त १ आणि ७ याच संख्यांनी भाग जात असल्यामुळे ती मूळ संख्या आहे; पण ६ या संख्येला १ आणि ६ यांबरोबरच २ आणि ३ यांनीसुद्धा पूर्ण भाग जातो, त्यामुळे ती मूळ संख्या नाही. जसं आपण कुठल्याही संख्येला आधी २ नं भागून पूर्ण भाग जातो का, हे तपासू शकतो, नसेल तर त्यानंतर ३ नं जातो का हे बघू शकतो, मग ४ नं, ५ नं, असं करत करत ती संख्या म्हणजे मूळ संख्या आहे का नाही, हे आपण ठरवू शकतो. त्याच धर्तीवर आपण 'विचार' या गोष्टीचे बारीक बारीक भाग करून त्या सगळ्या गोष्टी यांत्रिक पद्धतींनी करून घेऊ शकतो का, असं लिब्निझच्या अभ्यासाचं स्वरूप होतं. लवकरच जगातली कुठलीही गोष्ट आपण आकडे आणि समीकरणं यांच्या माध्यमातून मांडू शकू आणि कुणालाही शिकवू शकू असा आत्मविश्वास त्याला वाटायला लागला. 'जर काही तज्ज्ञ गणितज्ञांनी या प्रश्नावर काम केलं तर ५ वर्षांच्या काळात ही यांत्रिक पद्धत तयार होईल' असं मत त्यानं मांडलं.

तर त्यानंतर ३ नं जातो का हे बघू शकतो, मग ४ नं, ५ नं, असं करत करत ती संख्या म्हणजे मूळ संख्या आहे का नाही, हे आपण ठरवू शकतो. त्याच धर्तीवर आपण 'विचार' या गोष्टीचे बारीक बारीक भाग करून त्या सगळ्या गोष्टी यांत्रिक पद्धतींनी करून घेऊ शकतो का, असं लिब्निझच्या अभ्यासाचं स्वरूप होतं. लवकरच जगातली कुठलीही गोष्ट आपण आकडे आणि समीकरणं यांच्या माध्यमातून मांडू शकू आणि कुणालाही शिकवू शकू असा आत्मविश्वास त्याला वाटायला लागला. 'जर काही तज्ज्ञ गणितज्ञांनी या प्रश्नावर काम केलं तर ५ वर्षांच्या काळात ही यांत्रिक पद्धत तयार होईल' असं मत त्यानं मांडलं. नंतर तर्कशास्त्र, कायदा, इतिहास आणि इतर विषयांमध्ये लिब्निझ घुसला आणि त्याचं यामधलं लक्ष पार उडालं.

युरोपात ३० वर्षं सुरू असलेलं युद्ध १६४९ साली संपलं. त्याच्या ३ वर्षं आधी लिब्निझचा जन्म झाला. त्याचे वडील कनिष्ठ न्यायाधीश आणि तत्त्वज्ञानाचे प्राध्यापक होते. लिब्निझ ६ वर्षांचा असतानाच ते दगावल्यामुळे त्याच्या आईनंच त्याला वाढवलं. लिब्निझचे वडील तत्त्वज्ञानाचे प्राध्यापक असल्यामुळे त्यांनी भरपूर पुस्तकं गोळा केली होती. त्या काळात लहान मुलांना अशी संधी मिळणं अतिशय दुर्मीळ असे. या संधीचा वापर करून लिब्निझनं आपल्या विचारांचा आणि ज्ञानाचा आवाका प्रचंड वाढवला. लवकरच तो जर्मन भाषेव्यतिरिक्त लॅटिन आणि फ्रेंच या दोन भाषा शिकला आणि तर्कशास्त्रामधल्या नवनव्या संकल्पनांनी भारावून गेला.

लिब्निझ खूप हुशार तर होताच; पण त्याला सगळ्या गोष्टींविषयी विलक्षण कुतूहलही असायचं. ० आणि १ या दोनच आकड्यांपासून बनलेल्या 'बायनरी' पद्धतीचा अगदी सुरुवातीला विचार करणाऱ्या मोजक्या लोकांपैकी लिब्निझ एक होता. गंमत म्हणजे या 'बायनरी' पद्धतीमागचा अर्थ, तिचा वापर कसा आणि कुठे करता येईल, वगैरे गोष्टींपेक्षा लिब्निझचं लक्ष धार्मिक बाबीकडे होतं! 'बायनरी पद्धत हा ईश्वराच्या अस्तित्वाचा पुरावा आहे' असं विचित्र मत लिब्निझनं बनवलं होतं. १ या आकड्यासारखा 'सर्वज्ञ' असणाऱ्या ईश्वरानं ० या आकड्यातून जग निर्माण केलं, असा लिब्निझचा युक्तिवाद होता.

जॉर्ज बूल

लिब्निझनंतर साधारण दोन शतकांचा काळ उलटून गेल्यावर ब्रिटिश गणितज्ञ म्हणून प्रसिद्ध झालेला जॉर्ज बूल (१८१५-१८६४) यानं लिब्निझचं संशोधन पुढे नेलं. एका गरीब दुकानदाराच्या घरी जन्मलेला बूल स्वतःच गणित शिकला. बूलच्या लहानपणी गरिबीमुळे

त्याचं कुटुंब लिंकन नावाच्या त्याच्या मूळ गावातून लंडनमध्ये स्थलांतरित झालं. तिथे बूलचे वडील चांभारकाम करायचे आणि आई मोलकरणीचं काम करायची. सर्वसाधारण प्रकारच्या एका शाळेमध्ये शिक्षण सुरू असताना बूल घरी स्वतःच ग्रीक आणि लॅटिन या भाषा शिकला. आर्थिक परिस्थिती यथातथाच असतानासुद्धा बूलच्या वडिलांचा दृष्टिकोन वैज्ञानिक होता. ते गणिताविषयी खूप विचार करायचे. इतकंच नव्हे तर त्यांना फावल्या वेळेत वैज्ञानिक उपकरणं बनवायला आवडे. त्यामुळे बूललाही लहानपणीच गणित आणि विज्ञान या विषयांची गोडी लागली. बूलचे वडील आणि तो स्वतः असे दोघं मिळून दुर्बीण, सूक्ष्मदर्शक यंत्र वगैरे उपकरणं बनवायचा खटाटोप करायचे. नंतर घरच्या परिस्थितीमुळे बूलला विद्यापीठात जाऊन पुढचं शिक्षण घेणं शक्य नव्हतं. त्यातच बूलच्या वयाच्या १६व्या वर्षी त्याच्या वडिलांचा धंदा एकदम मंदावला. त्यामुळे शिक्षण बंद करून बूलला पैसे कमावण्यासाठी काम करणं भाग होतं.

बूलला गणिताचं कसलंही पद्धतशीर, अधिकृत असं शिक्षण मिळालेलं नव्हतं. तरीही स्वतःच्या आंतरिक ऊर्मीनं त्यानं ऑयलर, लाप्लास, लाग्रांज, गाऊस यांच्यासारख्यांचं अमूर्त, कळायला अत्यंत कठीण असं गणित आत्मसात केलं. इतकंच नाही तर या अभ्यासातून त्याला स्वतःचा मार्गही दिसायला लागला. पुढे त्यानं Boolean Algebra नावाच्या एका वेगळ्याच गणिताला जन्म दिला. बूलचं हे गणित पूर्णपणे स्वयंभू होतं.

> बूलला गणिताचं कसलंही पद्धतशीर, अधिकृत असं शिक्षण मिळालेलं नव्हतं. तरीही स्वतःच्या आंतरिक ऊर्मीनं त्यानं ऑयलर, लाप्लास, लाग्रांज, गाऊस यांच्यासारख्यांचं अमूर्त, कळायला अत्यंत कठीण असं गणित आत्मसात केलं. इतकंच नाही तर या अभ्यासातून त्याला स्वतःचा मार्गही दिसायला लागला. पुढे त्यानं Boolean Algebra नावाच्या एका वेगळ्याच गणिताला जन्म दिला. बूलचं हे गणित पूर्णपणे स्वयंभू होतं.

१८५४ मध्ये प्रकाशित झालेलं बूलचं 'Laws of Thought' हे पुस्तक म्हणजे तर त्याच्या कामगिरीचा उच्चांकच होता. या पुस्तकात बूलनं माणसाच्या बुद्धिमत्तेचा गणिताच्या अंगानं विचार केला होता. तर्कशास्त्राशी संबंधित असलेला एखादा प्रश्न घेऊन तो सोडवण्यासाठी अनेक समीकरणं मांडायची आणि एखादं गणित सोडवत असल्यासारखी ती समीकरणं सोडवायची असा मार्ग बूलनं सुचवला होता. बूलचा भर तर्कशास्त्रातले प्रश्न 'हो/नाही'च्या एका पाठोपाठ असलेल्या उत्तरांनी सोडवण्यावर होता. अशा उत्तरांची उतरंड लावून कुठल्याही

प्रश्नाचं उत्तर तसंच कुठलाही नियम गणिती समीकरणांमध्ये बसवणं शक्य आहे, हे बूलनं दाखवून दिलं. उदाहरणार्थ, समजा 'आज पाऊस पडेल का?' या प्रश्नाचं आपल्याला उत्तर मिळवायचं आहे. तर मग आपण अनेक प्रश्न विचारून त्यांच्या उत्तरांची उतरंड बनवून आपल्या मूळ प्रश्नाचं उत्तर कसं मिळवू शकू? त्यासाठी आपण प्रश्न विचारतोय आणि त्या प्रश्नांची उत्तरं कोणीतरी माहीतगार माणूस देतोय असं आपण समजू. ही उत्तरं कंसात लिहिलेली आहेत.

१. आकाशात भरपूर काळे ढग आहेत का? (उत्तर : नाही).
२. काल खूप पाऊस पडला होता का? (उत्तर : नाही).
३. गेल्या आठवड्यात कधी पाऊस पडला होता का? (उत्तर : नाही).
४. गेल्या महिनाभरात आकाशात विजा चमकल्या होत्या का? (उत्तर : नाही).
५. या महिन्यात साधारणपणे कधी पाऊस पडतो का? (उत्तर : नाही).
६. गेला आठवडाभर सरासरी तापमान २० अंश सेल्सियसच्या खाली होतं का? (उत्तर : नाही).
७. हवामानखात्यानं आज पाऊस यायची शक्यता ५० टक्क्यांपेक्षा जास्त आहे असं सांगितलं आहे का? (उत्तर : नाही).

इथे आपल्याला बूलची कल्पना सहजपणे कळावी म्हणून सगळ्या प्रश्नांना 'नाही' असंच उत्तर मिळेल अशी व्यवस्था केली आहे. त्यामागचं कारण असं की आधीच्या प्रश्नाचं उत्तर 'हो' आहे की 'नाही'; यावरून पुढचा प्रश्न विचारला पाहिजे, हे आपल्या लक्षात येईल. उदाहरणार्थ, जर पहिल्या दोन्ही प्रश्नांचं उत्तर 'नाही'च्या ऐवजी 'हो' असं असेल, तर तिसरा प्रश्न विचारण्यात काहीच अर्थ नाही. कारण आज पाऊस पडणार हे जवळजवळ नक्कीच आहे.

बूलनं यापुढे जाऊन 'हो/नाही' या उत्तरांऐवजी १ आणि ० असे 'शॉर्टकट्स' वापरले. म्हणजे वरच्या उदाहरणात सगळीकडे 'नाही' असं म्हणायच्या ऐवजी '०' असं म्हटलं जाईल. म्हणजेच आपल्या ७ प्रश्नांची उत्तरं एकापाठोपाठ लिहिली तर ती 'नाही-नाही-नाही-नाही-नाही-नाही-नाही' अशा लांबलचक पद्धतीनं न लिहिता ती '०-०-०-०-०-०-०' किंवा त्याहूनही सोपं म्हणजे '०००००००' अशी लिहिता येतील! या सांकेतिक भाषेचा वापर आजही संगणकांमध्ये होतो. या भाषेला आणि त्यावर आधारलेल्या गणितांच्या नियमांना त्यांच्या जनकाच्या आठवणीसाठी Boolean Algebra किंवा Boolean Logic या नावांनी ओळखलं जातं.

यात आणखीही गमतीजमती होत्या. उदाहरणार्थ, कोणत्या तरी गोष्टीला (समजा मुंबई शहराला) किंवा अनेक गोष्टींच्या समूहाला (उदाहरणार्थ, महाराष्ट्र राज्याला) आपण 'क्ष' असं म्हटलं तर बूलच्या म्हणण्यानुसार आपण ती गोष्ट सोडून उरलेल्या सगळ्या जगाला '१ – क्ष' असं म्हणू शकू. कारण त्यानं अख्ख्या जगाला '१' या चिन्हानं ओळखलं जावं, असं मत मांडलं होतं. असे तऱ्हेतऱ्हेचे विचार करून बूल सगळ्या गोष्टी गणितं, चिन्हं, समीकरणं अशा गोष्टींमध्ये बसवायचा प्रयत्न करत असे.

या 'बूलियन' पद्धतीमध्ये ३ महत्त्वाचे घटक असतात. ते म्हणजे 'आणि (अँड)', 'किंवा (ऑर)', तसंच 'नाही (नॉट)'. आपण हे घटक रोजच्या संभाषणात वापरतो. समजा आपल्याला कुणी सांगितलं, 'जर निळा शर्ट घातलेला आणि

'बूलियन' पद्धतीमध्ये ३ महत्त्वाचे घटक असतात. ते म्हणजे 'आणि (अँड)', 'किंवा (ऑर)', तसंच 'नाही (नॉट)'. आपण हे घटक रोजच्या संभाषणात वापरतो. समजा आपल्याला कुणी सांगितलं, 'जर निळा शर्ट घातलेला आणि हातात छत्री असलेला आणि पायात बूट न घालता चपला घातलेला माणूस भेटला तर त्याला हातातलं पत्र दे'. या वाक्यात 'आणि' या घटकानं छोटे छोटे भाग जोडलेले आहेत. त्यामुळे ते तीनही भाग खरे ठरले पाहिजेत. उदाहरणार्थ, जर एखाद्या माणसानं निळ्या रंगाचा सोडून इतर कुठल्याही रंगाचा शर्ट घातला असेल तर त्यानं हातात छत्री घेऊन आणि पायात बूट न घालूनसुद्धा उपयोग नाही! तसंच एखाद्या माणसानं निळ्या रंगाचा शर्ट घातला असेल; पण त्याच्या हातात छत्री नसेल तरीही त्यानं बूट घातले असोत वा नसोत, त्याला पत्र देता येणार नाही. हे जसं 'आणि'चं असतं तसंच 'किंवा'चं ही असतं. समजा आपल्याला आधीचा निरोप असा मिळाला : 'जर निळा शर्ट घातलेला किंवा हातात छत्री असलेला किंवा पायात बूट न घालता चपला घातलेला माणूस भेटला तर त्याला हातातलं पत्र दे'. आता आपल्याला निळ्या रंगाचा शर्ट घातलेला किंवा छत्री हातात घेतलेला किंवा पायात चपला घातलेला माणूस दिसला की आपण लगेच आपल्या हातातलं पत्र त्याच्याकडे देऊन टाकू. तसंच 'नाही' घटकही यात आला. कारण ज्यानं 'पायात बूट न घालता चपला घातल्या असतील...' असं आपण म्हणतो, तेव्हा बूट घालण्याच्या उलट क्रिया करणं असा अर्थ आपण लावतो. या 'आणि', 'किंवा' तसंच 'नाही' यांच्या आधारे सगळं संभाषण चिन्हांच्या भाषेत मांडून त्याचे नियम तयार करायचं काम बूलनं केलं. हेच तत्त्व संगणकांमध्ये वापरलं जातं.

हातात छत्री असलेला आणि पायात बूट न घालता चपला घातलेला माणूस भेटला तर त्याला हातातलं पत्र दे'. या वाक्यात 'आणि' या घटकानं छोटे छोटे भाग जोडलेले आहेत. त्यामुळे ते तीनही भाग खरे ठरले पाहिजेत. उदाहरणार्थ, जर एखाद्या माणसानं निळ्या रंगाचा सोडून इतर कुठल्याही रंगाचा शर्ट घातला असेल तर त्यानं हातात छत्री घेऊन आणि पायात बूट न घालूनसुद्धा उपयोग नाही! तसंच एखाद्या माणसानं निळ्या रंगाचा शर्ट घातला असेल; पण त्याच्या हातात छत्री नसेल तरीही त्यानं बूट घातले असोत वा नसोत, त्याला पत्र देता येणार नाही. हे जसं 'आणि'चं असतं तसंच 'किंवा'चं ही असतं. समजा आपल्याला आधीचा निरोप असा मिळाला : 'जर निळा शर्ट घातलेला किंवा हातात छत्री असलेला किंवा पायात बूट न घालता चपला घातलेला माणूस भेटला तर त्याला हातातलं पत्र दे'. आता आपल्याला निळ्या रंगाचा शर्ट घातलेला किंवा छत्री हातात घेतलेला किंवा पायात चपला घातलेला माणूस दिसला की आपण लगेच आपल्या हातातलं पत्र त्याच्याकडे देऊन टाकू. तसंच 'नाही' घटकही यात आला. कारण ज्यानं 'पायात बूट न घालता चपला घातल्या असतील...' असं आपण म्हणतो, तेव्हा बूट घालण्याच्या उलट क्रिया करणं असा अर्थ आपण लावतो. या 'आणि', 'किंवा' तसंच 'नाही' यांच्या आधारे सगळं संभाषण चिन्हांच्या भाषेत मांडून त्याचे नियम तयार करायचं काम बूलनं केलं. हेच तत्त्व संगणकांमध्ये वापरलं जातं.

ॲलन ट्युरिंग

माणसासारखा विचार करायची क्षमता संगणकामध्ये असू शकते का, हा 'आर्टिफिशियल इंटेलिजन्स' या तंत्रज्ञानातला मुख्य प्रश्न असतो. याविषयी *ॲलन मॅथिसन ट्युरिंग* (१९१२-१९५४) यानं खूप पूर्वीच विचार केला होता. १९३६ मध्ये त्यानं साधारण ५ दशकांमध्ये असा संगणक बनवणं शक्य असल्याचं मत व्यक्त केलं होतं आणि ते काही प्रमाणात खरं ठरलं!

ट्युरिंगचे वडील ज्युलियस हे ब्रिटिशांच्या भारतावर असलेल्या सत्तेच्या काळात भारतात कामाला होते. १० वर्षं भारतात काढल्यावर ते मायदेशी परतत असताना बोटीच्या प्रवासात त्यांची भेट सारा स्टोनी नावाच्या तत्कालीन मद्रासमध्ये जन्मलेल्या आणि मुख्यत्वे आयर्लंड तसंच थोडंफार पॅरिस इथं वाढलेल्या मुलीशी झाली. त्या भेटीचं रूपांतर प्रेमात होऊन त्या दोघांचं लग्न झालं. पण नंतरही

ज्युलियसचं भारतातलं काम सुरूच राहिल्यामुळे साराही त्याच्याबरोबर भारतात आली. त्या दोघांनी त्या वेळी केवळ सव्वा वर्षांचा असलेला ॲलन आणि त्याचा चार वर्षं वयाचा भाऊ अशा दोघांनाच एका निवृत्त कर्नलच्या कुटुंबात इंग्लंडमध्ये ठेवलं. त्यामुळे इंग्लंडमध्ये राहणारा ॲलन त्याच्या भारतातल्या आई-वडिलांपासून बराच काळ दूर होता. वर्षभराच्या काळानंतर सारा इंग्लंडमध्ये परतली आणि आपल्या मुलांच्या जवळ काही काळ राहिली. नंतर ती पुन्हा भारतात परतली. तोपर्यंत ॲलनचं सगळं बऱ्यापैकी चाललं होतं; पण दुसऱ्यांदा सारा भारतात जाऊन परत आली त्या वेळेला मात्र ॲलन एकदम विचित्रच झाला होता.

तसा ॲलन ट्युरिंग लहानपणापासूनच अतिशय बुद्धिमान होता; पण आता तो अतिशय विचित्रपणे वागायचा. त्याला डावा-उजवा यांच्यातला फरक कळत नसे. त्यामुळे त्याच्या डाव्या हातावर ओळख म्हणून काहीतरी खूण करावी लागे. त्याच्या अवयवांचे एकमेकांशी नीट ताळतंत्र जमत नसल्यामुळे खेळांमध्ये चमकणं ही त्याच्या दृष्टीनं अशक्य गोष्ट होती. पळण्याच्या शर्यतीत भाग घ्यायला मात्र ट्युरिंगला आवडे. त्याचं बोलणं चाचरल्यासारखं आणि तोतरं असे. तसंच ट्युरिंग सारखा खजील असल्यासारखा हसायचा. तो कपडेही गबाळ्यासारखा घालायचा. तसंच दाढी करताना ब्लेड लागायच्या भीतीनं बरेचदा दाढी करणं तो टाळायचा! रक्त बघितलं की ट्युरिंगला चक्कर यायची. सायकल चालवताना ताप येऊ नये म्हणून तो गॅसचा मास्क घालायचा. ट्युरिंगच्या सायकलची चेन वारंवार तुटायला लागली तेव्हा ती साधारण किती वेळा फिरल्यावर तुटते याचा अभ्यास करून त्यानं तो आकडा जवळ आला की स्वत:ला त्याबद्दल सूचना मिळायची यंत्रणा तयार केली होती. ट्युरिंगला सायकल सोडून इतर वाहनं चालवणं म्हणजे एक दिव्यच वाटे. त्यामुळे तो कधीही मोटार चालवायचा नाही. जवळपास कुठे जायचं असलं की सायकलवरून जाणं, चालणं किंवा पळणं हेच पर्याय ट्युरिंगसमोर असायचे.

दुसऱ्या महायुद्धाच्या काळात ट्युरिंगनं जर्मनांचे गुप्त संदेश फोडण्याच्या कामात महत्त्वाची भूमिका बजावली. नंतर त्यानं आपल्या माणसासारखा विचार करू शकणारा संगणक बनवायच्या जुन्या कामात पुन्हा लक्ष घालायचं ठरवलं. सुदैवानं १९४५ च्या जून महिन्यात 'नॅशनल फिजिक्स लॅबोरेटरी (एनपीएल)' या इंग्लंडच्या सगळ्यात मोठ्या संशोधनविषयक संस्थेकडून त्याला संगणक बनवायचं आमंत्रण मिळालं. टेडिंग्टन नावाच्या गावात त्याला काम करायचं होतं. ते स्वीकारून ट्युरिंग तिथे दाखल झाला. सुरुवातीला ट्युरिंगला तिथलं काम आणि वातावरण या गोष्टी आवडल्या. ट्युरिंगला लहानपणी धावायला आवडायचं. त्याची ही आवड त्यानं नव्यानं

जोपासायचा प्रयत्न केला. १९४७ च्या एका हौशी धावकांच्या स्पर्धेत त्याचा पाचवा क्रमांक आला. १९४८ च्या लंडन ऑलिंपिकसाठी तयारी करायचा ट्युरिंगचा बेत होता; पण त्याच दरम्यान त्याची कंबर दुखावली आणि त्यानं तो नाद सोडून दिला.

हळूहळू आपण बनवत असलेल्या संगणकाचं काम आपल्याला अपेक्षित असलेल्या वेगाच्या मानानं अगदी संथ गतीनं होतं असल्याचं ट्युरिंगच्या लक्षात आलं. साहजिकच त्याच्या चुळबुळ्या स्वभावाला ते सहन होईना. १९४६ च्या फेब्रुवारी महिन्यात ट्युरिंगनं त्याच्या डोक्यात असलेल्या संगणकाचा आराखडा एनपीएलच्या लोकांना समजावून सांगितला; पण एनपीएलकडे ट्युरिंगच्या मनातला संगणक बनवण्यासाठीची जागा आणि ऐपत हे दोन्ही नव्हतं. त्यामुळे त्यांनी दुसऱ्या काही संस्थांची मदत मागितली. सगळ्यांनी त्यांना ट्युरिंगच्या मनात असलेला संगणकच नव्हे तर स्वत: ट्युरिंगसुद्धा आपल्याला अजिबात आवडत नसल्याचं सांगून मदतीला साफ नकार दिला! शेवटी रागाच्या भरात १९४८ मध्ये ट्युरिंगनं एनपीएलला रामराम ठोकला.

याच काळात जीवशास्त्रामध्ये खळबळ माजवणाऱ्या संकल्पना जन्माला येत होत्या. सजीवांच्या अनेक क्रियांसंबंधीचे खुलासे डीएनएच्या संकल्पनेतून उलगडतील असं म्हटलं जात होतं. १९५४ मध्ये फ्रान्सिस क्रीक आणि जेम्स वॉटसन यांनी त्यासंबंधीचे पुरावे दिले. पण त्याच्या आधीपासूनच सजीवांच्या शरीरामधल्या जीवशास्त्रीय घटना भौतिकशास्त्र तसंच रसायनशास्त्र यांच्यामधल्या संकल्पना वापरून समजून घेणं शक्य असल्याचे सनसनाटीपूर्ण पुरावे शास्त्रज्ञांच्या हाती लागत होते. या सगळ्याचा ट्युरिंगच्या कामाशी संबंध होता. कारण मानवी बुद्धिमत्ता आणि संगणकाचं कामकाज यांच्यामध्ये नक्की काय नातं जोडता येईल, हा त्याचा मुख्य मुद्दा होता. इतर शास्त्रज्ञांनी यासाठी आधीप्रमाणेच भौतिकशास्त्र तसंच रसायनशास्त्र यांचा आधार घेतला असता. पण ट्युरिंगनं मात्र आपला अभ्यास गणितामधल्या मूलभूत संकल्पनांवर आधारित ठेवायचा असं ठरवलं होतं. माणूस विचार करतो यामागे जी भौतिक आणि रासायनिक कारणं असतात, त्यांना तर्कशास्त्राच्या भाषेतून समजून घेणं शक्य आहे का, याचा तो अभ्यास करत होता. म्हणजेच बुद्धिमत्तेला कारणीभूत ठरणारी मानवी मेंदूमधली आणि संगणकामधली कुठली यंत्रणा असते, याचा त्याला शोध घ्यायचा होता. अशा प्रकारे या प्रश्नाकडे वळून ट्युरिंगनं या संदर्भात काम करणारे इतर शास्त्रज्ञ तसंच संशोधक यांना किमान ५० वर्षांनी मागे टाकलं!

१९४८ मध्ये ट्युरिंगनं आपल्या विचारांवर आधारित असलेला एक प्रबंध लिहिला. खरं म्हणजे किंग्ज कॉलेजमध्ये आपण काय काम केलं तसंच एनपीएलला

आपल्या संगणकामध्ये पुढे काय करणं शक्य आहे, यासंबंधी हा अहवाल असणं अपेक्षित होतं. त्यामुळे ट्युरिंगनं पूर्वी म्हणजे १९४६ साली आपल्या संकल्पनेतल्या संगणकासंबंधी लिहिलेल्या पहिल्या शोधनिबंधाचं हे सुधारित रूप असायला हवं होतं. पण ट्युरिंगच्या लिखाणात यंत्रांना बुद्धिमान कसं बनवता येईल, यासंबंधीच्या संकल्पनाच जास्त होत्या.

ट्युरिंगनं यामध्ये एक अत्यंत महत्त्वाचा मुद्दा मांडला होता. सर्वसामान्यपणे माणसाला आपल्याहून बुद्धिमान कुणी असूच शकत नाही असा एक प्रकारचा गर्वच असतो असं ट्युरिंगचं म्हणणं होतं. त्यामुळे माणूस दुराग्रही होतो आणि आपल्या तोडीची बुद्धी असलेलं यंत्र तयार करणं शक्य आहे असं कुणी त्याला सांगितलं तर तो ही कल्पना हसण्यावारी नेतो, असं ट्युरिंग म्हणत होता. माणसाची ही भूमिका तर्कशास्त्राच्या दृष्टीनं एकदम चुकीची आहे असं ट्युरिंगचं मत होतं. केवळ भावनेपोटी माणूस अशी मतं मांडतो असा त्याचा दावा होता.

सर्वसामान्यपणे माणसाला आपल्याहून बुद्धिमान कुणी असूच शकत नाही असा एक प्रकारचा गर्वच असतो असं ट्युरिंगचं म्हणणं होतं. त्यामुळे माणूस दुराग्रही होतो आणि आपल्या तोडीची बुद्धी असलेलं यंत्र तयार करणं शक्य आहे असं कुणी त्याला सांगितलं तर तो ही कल्पना हसण्यावारी नेतो, असं ट्युरिंग म्हणत होता. माणसाची ही भूमिका तर्कशास्त्राच्या दृष्टीनं एकदम चुकीची आहे असं ट्युरिंगचं मत होतं. केवळ भावनेपोटी माणूस अशी मतं मांडतो असा त्याचा दावा होता.

यातून एक नवाच घोळ जन्माला आला. माणूस स्वत: विचार करू शकत असल्यामुळे आपण त्याला बुद्धिमान म्हणतो हे उघडच आहे. पण कुठल्याही संगणकाला माणसानं पुरवलेल्या सूचनांचं पालन करण्याशिवाय दुसरं काही जमत नाही. म्हणजेच संगणक स्वत: विचार करत नसतो; तर माणसानं त्याला दिलेल्या सूचना तो नुसत्या एखाद्या बिनडोक यंत्राप्रमाणे पाळत असतो. असं असताना आपण 'इंटेलिजंट मशिनरी' असा शब्दप्रयोग या संदर्भात करणं योग्य आहे का? ही संज्ञा वापरायची असेल तर त्यासाठी संगणकानं स्वत:लाच शिकवलं पाहिजे. त्यातून संगणकाकडे स्वत:ची बुद्धी येईल. त्यानंतर आपण संगणकाला बुद्धिमान म्हणू शकू.

यासाठी ट्युरिंगनं तान्हुल्या मुलाचं उदाहरण घेतलं. अशा मुलाच्या मेंदूचा बराचसा भाग एखाद्या विस्कळीत यंत्रासारखा असतो असं ट्युरिंग म्हणतो. आपण ज्याला विचार करणं म्हणतो अशा गोष्टीसाठी आवश्यक असलेल्या कृती या तान्हुल्या मुलाला जमत नसतात. पण काही काळातच या कृती त्याला जमायला

लागतात. म्हणजेच त्यासाठी आवश्यक असलेल्या गोष्टी त्याच्या मेंदूत घडत जातात. यामागचं कारण म्हणजे त्या मुलाचा मेंदू वयानुसार जास्त चांगल्या पद्धतीनं काम करायला लागतो आणि त्याच्यात सुसूत्रता येते, असं ट्युरिंग म्हणत होता. साहजिकच आणखी क्लिष्ट विचार करणं आणि त्यासंबंधीच्या कृती करणं त्याला शक्य होतं.

या तान्हुल्या मुलाच्या मेंदूमध्ये सुसूत्रता कशी येते? यासाठी ट्युरिंगनं मानसशास्त्र तसंच शरीरशास्त्र या दोन गोष्टींचा आधार घेतला. या गोष्टींचा त्यानं एनपीएलमधून सुट्टी घेतलेल्या वर्षाच्या काळात अभ्यास केला. मेंदूच्या विचार करण्याच्या पद्धतीमध्ये सुसूत्रता येण्यासाठी मेंदूची नीटपणे निगा राखणं, त्याला शिस्त लावणं अशा गोष्टी गरजेच्या असतात असं त्याचं म्हणणं होतं. बक्षीस किंवा शिक्षा यांना कसं सामोरं जायचं, हे त्या मुलाचा मेंदू हळूहळू शिकत जातो आणि त्यातून वेगवेगळ्या घटनांना कशी प्रतिक्रिया द्यायची हे तो शिकतो, असं ट्युरिंगला वाटत होतं. कारण समजा त्या मुलानं एखादी कृती केल्याबद्दल त्याचं कौतुक झालं किंवा त्याला चॉकलेट मिळालं तर तशा प्रकारची कृती परत करण्यासाठी तो धडपड करेल. पण जर एखाद्या कृतीमुळे त्या मुलाला रागवण्यात आलं किंवा थप्पड बसली तर तशा प्रकारची कृती परत करताना तो खूप विचार करेल. बक्षीस आणि शिक्षा यांच्याशी संबंधित असलेल्या या संकल्पना मानवी मेंदूच्या कोर्टेक्स नावाच्या भागामधले काही प्रवाह घट्ट करत असणार आणि काही प्रवाह सैल करत असणार अशी ट्युरिंगची खात्री पटली. आता यामधला महत्त्वाचा मुद्दा म्हणजे मानवी मेंदूमधली ही सगळी यंत्रणा इलेक्ट्रिक स्वरूपाची असताना त्यात वेगवेगळ्या प्रकारचे जोड जोडले जाऊ शकतात, घट्ट किंवा सैल करता येतात तर इलेक्ट्रॉनिकच असलेल्या संगणकांमध्ये हे का घडू शकणार नाही? म्हणजेच यासाठी संगणकांना मानवी मेंदूप्रमाणेच बक्षीस तसंच शिक्षा या गोष्टी शिकवून त्यानुसार पुढच्या कृती करायचं प्रशिक्षण देणं गरजेचं आहे. एकदा ते जमलं की त्यानंतर संगणकांनासुद्धा स्वतंत्रपणे विचार करून निर्णय घेणं म्हणजेच बुद्धिमत्तेचा विकास करणं शक्य होईल असा ट्युरिंगचा दावा होता.

आपलं म्हणणं तपासून घेण्यासाठी एक प्रकारचं संशोधन करणं गरजेचं आहे, असं मत ट्युरिंगनं मांडलं. त्यात माणूस ज्या प्रकारे शिकतो त्या प्रकारचं शिक्षण यंत्रांना देणं शक्य आहे का, हे ट्युरिंगला तपासायचं होतं. तसंच या पद्धती त्या यंत्रांमध्येच भरता येतील का, हेसुद्धा बघितलं पाहिजे असं ट्युरिंगचं मत होतं. त्यानंतर काही काळ ही सगळी यंत्रणा चालवायची आणि त्यातून मिळणारे निष्कर्ष तपासून बघायचे अशी ट्युरिंगची कल्पना होती. १९४७ च्या फेब्रुवारी महिन्यात ट्युरिंगनं आपल्या या संकल्पना लंडन मॅथेमॅटिकल सोसायटीच्या सभासदांसमोर

मांडल्या. त्यात त्यानं सुरुवातीला सूचना भरण्यात आलेल्या एखाद्या यंत्राची कल्पना आपल्या नजरेसमोर आणायला सांगितलं. तसंच गरज पडेल त्यानुसार ते यंत्र या सूचना बदलू शकेल अशीही कल्पना त्यांनी करावी असं त्यानं सुचवलं. जर हे यंत्र बराच काळ चालवलं तर त्यामधल्या सूचना आणि त्या यंत्रामधल्या अगदी सुरुवातीच्या सूचना यांच्यात खूप प्रचंड फरक असल्याचं आपल्या लक्षात येईल असंसुद्धा मत ट्युरिंगनं मांडलं होतं. जर असं घडलं आणि तरीसुद्धा हे यंत्र त्याच्या सुरुवातीच्या सूचना न विसरता आकडेमोडी करू शकत असेल तर याचा अर्थ हे यंत्र 'शिकू शकतं' आणि ते हुशार आहे असा लावला पाहिजे, असं ट्युरिंग म्हणत होता.

याशिवाय मानवी मेंदू अनेक अनपेक्षित गोष्टी करत असतो. त्याच्या डोक्यात नक्की कोणता विचार कशामुळे येईल, हे काही सांगता येत नाही. म्हणजेच तो अमुक अमुक प्रकारचाच विचार करेल असं खात्रीलायकरीत्या सांगता येत नाही. आता अशा गोष्टींची अपेक्षा यंत्राकडून कशी करायची? त्यासाठी अशा यंत्रामध्ये 'रँडम नंबर व्हील' नावाची यंत्रणा बसवावी असं ट्युरिंगचं म्हणणं होतं. त्याचा वापर करून या यंत्राला मानवी मेंदूसारखंच एकदम भन्नाट आणि असाधारण प्रकारचे विचार करणं शक्य होईल आणि चित्रविचित्र गोष्टी करून दाखवता येतील असं त्याला वाटायचं. म्हणूनच ज्याप्रमाणे एखादी आई आपल्या मुलाविषयी बोलताना 'माझा मुलगा असं काहीतरी मजेशीर वाक्य अचानकपणे बोलतो' असं कौतुकानं म्हणते, तसंच त्या यंत्राचा मालक आपल्या यंत्ररूपी मुलाविषयी बोलेल अशी मजेशीर कल्पनाही ट्युरिंगनं मांडली.

मानवी मेंदू अनेक अनपेक्षित गोष्टी करत असतो. त्याच्या डोक्यात नक्की कोणता विचार कशामुळे येईल, हे काही सांगता येत नाही. म्हणजेच तो अमुक अमुक प्रकारचाच विचार करेल असं खात्रीलायकरीत्या सांगता येत नाही. आता अशा गोष्टींची अपेक्षा यंत्राकडून कशी करायची? त्यासाठी अशा यंत्रामध्ये 'रँडम नंबर व्हील' नावाची यंत्रणा बसवावी असं ट्युरिंगचं म्हणणं होतं. त्याचा वापर करून या यंत्राला मानवी मेंदूसारखंच एकदम भन्नाट आणि असाधारण प्रकारचे विचार करणं शक्य होईल आणि चित्रविचित्र गोष्टी करून दाखवता येतील असं त्याला वाटायचं. म्हणूनच ज्याप्रमाणे एखादी आई आपल्या मुलाविषयी बोलताना 'माझा मुलगा असं काहीतरी मजेशीर वाक्य अचानकपणे बोलतो' असं कौतुकानं म्हणते, तसंच त्या यंत्राचा मालक आपल्या यंत्ररूपी मुलाविषयी बोलेल अशी मजेशीर कल्पनाही ट्युरिंगनं मांडली.

ट्युरिंगनं मांडलेल्या या संकल्पनांना एनपीएलमध्ये कुणी वाली नव्हता. ट्युरिंगनं लिहिलेला शोधनिबंध 'छापायच्या लायकीचा' नसल्याचं मत एनपीएलच्या संचालकानं व्यक्त करून तो एका फाईलीमध्ये लावून टाकला. थेट १९६९ साली 'मशीन इंटेलिजन्स' नावाचं एक पुस्तक छापलं गेल्यावरच ट्युरिंगच्या शोधनिबंधाचा पहिलावहिला उल्लेख झाला. तोपर्यंत त्याविषयी कुणाला माहीतसुद्धा नव्हतं. ट्युरिंगच्या शोधनिबंधाला अशा प्रकारे झाकून टाकलं गेल्यामुळे इतिहासानं ट्युरिंगची हवी तशी नोंद घेतलीच नाही. कारण याच्या फक्त एक आठवड्याआधीच अमेरिकेमध्ये जॉन व्हॉन न्यूमननं अशाच प्रकारच्या विषयावर एक व्याख्यान दिलं होतं. तेव्हापासून 'आर्टिफिशियल इंटेलिजन्स'च्या क्षेत्रात व्हॉन न्यूमनला ट्युरिंगपेक्षा जास्त महत्त्व दिलं गेलं.

अर्थात ट्युरिंगच्या संकल्पनांना फक्त एनपीलमध्येच विरोध झाला असं नाही. ट्युरिंगचे अनेक सहकारी तसंच काही मित्र यांनासुद्धा या खेपेला ट्युरिंग कल्पनांच्या फारच विचित्र भराऱ्या मारतो आहे असं वाटायला लागलं होतं. अशा प्रकारच्या घटना घडणं केवळ अशक्य आहे याविषयी त्यांना खात्री वाटत होती. पण अशा प्रकारच्या प्रतिक्रिया जवळपास सगळ्यांकडून मिळूनसुद्धा ट्युरिंग निराश झाला नाही. त्यानं या संदर्भात पत्रकारांसह अनेक लोकांशी आपलं बोलणं सुरूच ठेवलं. उदाहरणार्थ, ११ जून १९४९ या दिवशीच्या लंडनच्या 'द टाईम्स' या वर्तमानपत्रात भविष्यातल्या संगणकांविषयी भाष्य करण्यात आलं होतं. त्यात ट्युरिंगच्या संकल्पनांचा उल्लेख करण्यात आला होता.

१९५० मध्ये ट्युरिंगनं बुद्धिमत्ता आणि तर्कबुद्धी यांच्यावर 'कम्प्युटिंग मशिनरी अँड एक्सलन्स' या शीर्षकाचा एक प्रबंध लिहिला. त्याची भाषा सोपी होती आणि

१९५० मध्ये ट्युरिंगनं बुद्धिमत्ता आणि तर्कबुद्धी यांच्यावर 'कम्प्युटिंग मशिनरी अँड एक्सलन्स' या शीर्षकाचा एक प्रबंध लिहिला. त्याची भाषा सोपी होती आणि त्यात काहीच गणितं किंवा समीकरणं वापरलेली नव्हती. 'जर आपण एका माणसाला आणि एका संगणकाला सारखे प्रश्न विचारले आणि त्यांनी दिलेल्या उत्तरांच्या आधारे जर आपल्याला उत्तर देणारा माणूस आहे की संगणक, हे कळालं नाही तर संगणकसुद्धा माणसासारखा विचार करू शकतो आणि तर्क लढवू शकतो हे सिद्ध होईल' असं ट्युरिंगनं म्हटलं होतं. यातूनच 'आर्टिफिशियल इंटेलिजन्स (एआय)' या तंत्रज्ञानाची पाळंमुळं उभारली गेली. यंत्र (म्हणजे संगणक) विचार करू शकतो का, हे बघण्यासाठी ट्युरिंगनं 'इमिटेशन गेम' नावाची एक चाचणी घ्यायचं ठरवलं. याच चाचणीला नंतर 'ट्युरिंग टेस्ट' असं नाव पडलं.

त्यात काहीच गणितं किंवा समीकरणं वापरलेली नव्हती. 'जर आपण एका माणसाला आणि एका संगणकाला सारखे प्रश्न विचारले आणि त्यांनी दिलेल्या उत्तरांच्या आधारे जर आपल्याला उत्तर देणारा माणूस आहे की संगणक, हे कळालं नाही तर संगणकसुद्धा माणसासारखा विचार करू शकतो आणि तर्क लढवू शकतो हे सिद्ध होईल' असं ट्युरिंगनं म्हटलं होतं. यातूनच 'आर्टिफिशियल इंटेलिजन्स (एआय)' या तंत्रज्ञानाची पाळंमुळं उभारली गेली. यंत्र (म्हणजे संगणक) विचार करू शकतो का, हे बघण्यासाठी ट्युरिंगनं 'इमिटेशन गेम' नावाची एक चाचणी घ्यायचं ठरवलं. याच चाचणीला नंतर 'ट्युरिंग टेस्ट' असं नाव पडलं.

या चाचणीत तिघं जण भाग घेणार होते. एक व्यक्ती काही प्रश्न विचारणार होती. प्रश्न विचारणारी व्यक्ती पुरुषच हवी किंवा स्त्रीच हवी असं काही नव्हतं. या प्रश्नांची उत्तरं द्यायला एक पुरुष आणि एक स्त्री असणार होते. चाचणीत भाग घेणाऱ्या व्यक्तीच्या उत्तरांच्या आधारे ती व्यक्ती पुरुष आहे का स्त्री, हे ओळखायचं होतं. अर्थात त्यासाठी उत्तरं तोंडी न देता फक्त टाईप करून देणं, प्रश्न विचारणारी व्यक्ती आणि उत्तरं देणारे वेगवेगळ्या खोल्यांमध्ये बसणं वगैरे गोष्टी होत्याच. त्यात बदल करून ट्युरिंगनं उत्तरं देणाऱ्या पुरुषाच्या किंवा स्त्रीच्या जागी एक संगणक आणला. आता हा संगणक त्या पुरुषाच्या ऐवजी किंवा स्त्रीच्या ऐवजी स्वतःला विचारलेल्या प्रश्नांची उत्तरं देणार होता. या उत्तरांच्या आधारे आता कोण पुरुष आहे आणि कोण स्त्री, हे आधीसारखं ओळखायच्या ऐवजी कोण माणूस आहे आणि कोण संगणक आहे, हे ओळखायचं होतं! जर हे ओळखणं अशक्य किंवा अवघड ठरलं तर संगणक पण माणसासारखा विचार करू शकतो हे सिद्ध होणार होतं. ट्युरिंगचा अंदाज '२००० पर्यंत संगणक इतके प्रगत असतील की ही चाचणी पाचेक मिनिटं घेतल्यावर प्रश्न विचारणाऱ्या व्यक्तीनं उत्तरं देणारा माणूस आहे की संगणक हे ओळखायची जास्तीत जास्त ७० टक्के शक्यता असेल' असा होता.

ट्युरिंगच्या काळात मात्र त्याच्या यंत्रांनी विचार करण्यासंबंधीच्या संकल्पना समकालीन लोकांना फारशा रुचल्या नाहीत. अनेक विचारवंतांनी कुठलंही यंत्र माणसासारखं विचार करू शकेल, ही गोष्टच अजिबात स्वीकारली नाही. पूर्वी ट्युरिंगनं नमूद केल्याप्रमाणे यामधल्या अनेक आक्षेपांमागे तर्कशास्त्र कमी आणि भावना जास्त होत्या. पण काही जणांच्या आक्षेपांमध्ये मात्र तर्कशास्त्रसुद्धा होतं आणि त्याविषयी ट्युरिंगकडे अजून समाधानकारक म्हणता येतील असे खुलासे नव्हते. उदाहरणार्थ, मानवी बुद्धीची वाढ होण्यामधले दोन प्रमुख घटक म्हणजे दोन माणसांमधला संवाद तसंच माणसाचा आपल्या परिसराशी येणारा संपर्क हे असतात

असं हे लोक म्हणत होते. ते बरोबरच होतं. आता अशा प्रकारचा संवाद कुठलंही यंत्र दुसऱ्या माणसाबरोबर किंवा आपल्या परिसराशी कसा साधू शकेल, या प्रश्नाचं उत्तर ट्युरिंगकडे नव्हतं. त्यानं हा प्रश्न सोडवण्यासाठी विशिष्ट प्रकारचे टीव्ही कॅमेरे तसंच सेन्सर यंत्रणा यांचा उपयोग करता येईल असं सुचवून पाहिलं. पण मानवी संवेदनक्षमतेच्या तुलनेत हे प्रयत्न खूपच अर्धवट आणि धेडगुजरे आहेत हे त्यानं मान्य केलं. पण म्हणून आपल्या संकल्पनांना काहीच अर्थ नाही ही गोष्ट मात्र ट्युरिंगला मान्य नव्हती. या सगळ्या अडचणींमधून मार्ग काढणं शक्य आहे आणि एके दिवशी आपल्या डोक्यामधली संगणकरूपी यंत्रं मानवी बुद्धीसारख्या बुद्धीची पातळी गाठू शकतील या गोष्टीची त्याला खात्री वाटत होती.

कृत्रिम बुद्धिमत्तेच्या विश्वात सातत्यानं घडामोडी होत राहिल्या. त्याविषयी आपण नंतर बोलूच. दरम्यान ट्युरिंगच्या संकल्पनांना पूर्णत्व देण्याच्या घटनाक्रमाकडे वळायचं तर १९९० मध्ये 'केंब्रिज सेंटर फॉर बियेव्हिअरल स्टडीज'नं एक घोषणा केली. ह्यू लोब्नर नावाच्या उदार देणगीदाराच्या मदतीनं 'ट्युरिंग टेस्ट'ची स्पर्धा दर वर्षी घ्यायचं ठरलं. त्यानुसार माणसाशी सगळ्यात जास्त साधर्म्य दाखवणाऱ्या संगणकाला दर वर्षी २००० डॉलर्सचं बक्षीस आणि एक पदक दिलं जातं. अर्थात या प्रयोगांवर टीकाही होते. मुळात माणसाच्या हुशारीशी साधर्म्य दाखवणारे संगणक खरोखरच तितके प्रभावी नसतात असं काही जण म्हणतात. तसंच 'ट्युरिंग टेस्ट' ही चाचणीच नीटपणे वापरली जात नाही असंही म्हटलं जातं.

क्लॉड शॅनन

क्लॉड शॅनन (१९१६-२००१) या संशोधकाला 'इन्फर्मेशन थिअरी'चा जनक मानलं जातं. ०-१ ची भाषा आणि त्या भाषेच्या आधारे तयार केलेल्या प्रमेयांच्या आधारे अख्ख्या संगणकाचं काम चालवणं शक्य असल्याचं मत शॅननं वयाच्या २१ व्या वर्षी एमआयटीमध्ये शिकत असताना आपल्या डॉक्टरेटसाठीच्या प्रबंधात व्यक्त केलं. आजही काही जण हा संगणकाच्या इतिहासामधला आजवरचा सगळ्यात महत्त्वाचा सिद्धांत मानतात.

मिशिगन राज्यात जन्मलेल्या शॅननचे वडील वकील होते तर मूळची जर्मन असलेली त्याची आई एका शाळेची मुख्याध्यापिका झाली. लहानपणापासूनच शॅननला यंत्रं बनवणं, त्यांची मोडतोड करून बघणं यांची आवड होती. त्यानं त्याच्या घरापासून

त्याच्या मित्राच्या घरापर्यंत संदेश पाठवण्यासाठी एक टेलिग्राफची यंत्रणा बनवली होती! एका दुकानात तो रेडिओची दुरुस्ती करायला मदत करत असे. थॉमस अल्वा एडिसनशी शॅनन यांचं नातं होतं; पण त्या दोघांची प्रत्यक्षात कधी भेट मात्र झाली नाही. इलेक्ट्रिकल इंजिनिअरिंग आणि गणित हे मुख्य विषय असलेली पदवी घेतल्यावर शॅननं या दोन गोष्टींचा मेळ घालण्यात त्याच्या आयुष्याचा बहुतेक सगळा वेळ घालवला. इलेक्ट्रिकल इंजिनिअरिंगमध्ये आपली कारकीर्द घडवायची का गणितात, या द्विधा मन:स्थितीत असताना शॅननला एमआयटीमध्ये व्हॅनेव्हर बुशनं तयार केलेला 'डिफरन्शियल ॲनेलायझर' हा संगणक चालवण्यासाठी कोणीतरी हवं असल्याचं कळालं. शॅननं त्या पदासाठी अर्ज केला आणि त्याची निवड झालीही.

एमआयटीमध्ये शॅननकडे संगणक वापरून डिफरन्शियल इक्वेशन्सची अवघड गणितं सोडवण्याकरता अनेक शास्त्रज्ञ यायचे. त्यामुळे त्या कामात शॅनन पुरता बुडून गेला. त्याच नादात शॅननं त्या संगणकात असलेलं 'रीले' नावाचं उपकरण बघितलं आणि त्याचा गणिताशी असलेला संबंध यांचा अभ्यास केला. इतकंच नव्हे तर त्यातच शॅननं डॉक्टरेट मिळवायची असं ठरवलं. ०-१ च्या भाषेतले गणिताचे नियम आणि इलेक्ट्रिक स्विचिंग सर्किट्सचं काम या दोघांमध्ये अतिशय साम्य असल्याचं त्याच्या लक्षात आलं. शॅननच्या अभ्यासाचं स्वरूप रीलेजवर आधारित होतं. त्यानुसार एकापाठोपाठ एक असे आणि जे हवे तसे चालू-बंद करता येतील असे रीलेज बनवायचे. 'बंद' म्हणजे ० आणि 'चालू' म्हणजे १ असा संकेत वापरून त्या रीलेजमध्ये ०-१ ची भाषा कशी बसवता आणि वापरता येईल, यासाठी शॅननचे प्रयत्न सुरू होते. रीले या उपकरणात एक विद्युतचुंबक (इलेक्ट्रोमॅग्नेट), एक स्विच आणि एक स्प्रिंग या गोष्टी असतात. त्यातलं स्विच वापरून रीलेमधलं सर्किट चालू (१) किंवा बंद (०) करता येतं. त्यामुळे रीलेला फक्त बंद (०) किंवा चालू (१) एवढीच भाषा कळते. असे अनेक रीलेज जर एकमेकांना जोडले तर त्यांच्यापासून एक मोठं इलेक्ट्रॉनिक सर्किट तयार करता येऊ शकतं.

आधी वर्णन केलेल्या कल्पनेचा वापर करून आपण अशा सर्किट्सकडून जर-तरच्या भाषेतली तसंच 'आणि', 'किंवा' वगैरे जोडण्या वापरलेल्या भाषेतली अनेक प्रकारची कामं करून घेऊ शकू, असं शॅननं दाखवून दिलं. उदाहरणार्थ, 'जर कर्मचारी पुण्याचा असेल आणि त्याचा हुद्दा व्यवस्थापकाचा असेल तर त्याचा घरासाठीचा भत्ता ५००० रुपये धरावा' असं आपण म्हणतो. अशा प्रकारच्या सूचना संगणकाला देणं यातून शक्य झालं. यातूनच 'डिजिटल' पद्धतीच्या संगणकाचा जन्म झाला. संगणकांचा वापर फक्त बेरजा-वजाबाक्या करण्यासाठी

न करता गुणाकार-भागाकार करणं; इतकंच नव्हे तर वेगवेगळे निर्णय घेणं, एकापाठोपाठ एक सूचना अमलात आणणं हे सगळंसुद्धा संगणक करू शकेल हे यामुळे लक्षात आलं. या सगळ्याचा पाया बूलनं रचला होता आणि स्टिबिझनं त्यावर पुढे काम केलं होतं. आता शॅननं ते पूर्णत्वाला नेलं!

नंतर शॅनन बेल लॅब्जमध्ये काम करण्यासाठी रुजू झाला. तिथे दुसऱ्या महायुद्धाच्या काळात शत्रूच्या क्षेपणास्त्रांचा अंदाज घेऊन त्यांचा पाडाव करण्यासाठी आपल्या बाजूनं क्षेपणास्त्रं कशी सोडायची, यावर शॅननं काम केलं आणि त्याचा प्रत्यक्ष युद्धात इंग्लंडला खूपच फायदा झाला. त्यानंतर शॅननला बेल लॅब्जनं संदेशवहनाच्या क्षेत्रात काम करायला सांगितलं. याच संदर्भात शॅननं १९४८ साली एक प्रबंध लिहिला. हा प्रबंध म्हणजे दूरध्वनी किंवा इतरही नेटवर्क्स वापरून माहिती एकीकडून दुसरीकडे नेताना जास्तीत जास्त किती वेगानं माहिती नेणं शक्य आहे याचा एक नियम होता. याला 'शॅनन कपॅसिटी' असं म्हणतात. इन्फर्मेशन थिअरीमधला हा एक प्रचंड महत्त्वाचा सिद्धांत मानला जातो. याचबरोबर माहितीच्या दळणवळणातले अडथळे कसे दूर करायचे, या गोष्टींविषयीची चर्चाही या प्रबंधात होती. माहिती एकीकडून दुसरीकडे नेताना कमीतकमी चुका कशा होतील, यासाठीची यंत्रणा बनवणं तंत्रज्ञांना शॅननच्या कामामुळे शक्य झालं. याशिवाय दुसऱ्या महायुद्धाच्या काळात माहिती आणि संदेश गुप्त ठेवण्यासाठीच्या म्हणजेच 'क्रिप्टोग्राफी'च्या तंत्रज्ञानावर शॅननं काम केलं. प्रसिद्ध ब्रिटिश संगणकशास्त्रज्ञ ॲलन ट्युरिंग याच प्रकारचं काम इंग्लंडसाठी करायचा. काही काळ ट्युरिंग हे काम करण्यासाठी अमेरिकेमध्येही आला होता. तिथे ट्युरिंगची भेट शॅननशी झाली.

आपल्या बोलीभाषेत माहितीचं सगळ्यात छोटं रूप म्हणजे अक्षर असतं. त्यापासून शब्द, शब्दांची वाक्यं, वाक्यांचे परिच्छेद वगैरे बनतात हे आपण जाणतो. संगणकात माहिती एकीकडून दुसरीकडे न्यायचं असं मूलभूत रूप म्हणजे

आपल्या बोलीभाषेत माहितीचं सगळ्यात छोटं रूप म्हणजे अक्षर असतं. त्यापासून शब्द, शब्दांची वाक्यं, वाक्यांचे परिच्छेद वगैरे बनतात हे आपण जाणतो. संगणकात माहिती एकीकडून दुसरीकडे न्यायचं असं मूलभूत रूप म्हणजे ० किंवा १ हा आकडा असतो. त्याला 'बायनरी डिजीट (बिट)' असं म्हणतात आणि अशा आठ बिट्सना एकत्र केलं की त्या आठ बिट्सच्या साखळीला (उदाहरणार्थ ०१११०००१) एक 'बाईट' असं म्हणतात. यातली बिटची संकल्पना शॅननं याच प्रबंधात प्रथम मांडली.

० किंवा १ हा आकडा असतो. त्याला 'बायनरी डिजीट (बिट)' असं म्हणतात आणि अशा आठ बिट्सना एकत्र केलं की त्या आठ बिट्सच्या साखळीला (उदाहरणार्थ ०१११०००१) एक 'बाईट' असं म्हणतात. यातली बिटची संकल्पना शॅननं याच प्रबंधात प्रथम मांडली.

त्याच वर्षी शॅननं संगणकाचा वापर बुद्धिबळ खेळण्यासाठी कसा करायचा, यावरही एक प्रबंध लिहिला. नंतर काही वर्षांनी कम्प्युटर गेम्स बाजारात आल्या तेव्हा त्यांच्या निर्मितीमागे या प्रबंधामधल्या कल्पना वापरलेल्या होत्या. नंतर शॅननं कृत्रिम बुद्धिमत्तेच्या संकल्पनेवरही काम केलं. तसंच शॅननं एमआयटीमध्ये काही वर्षं विद्यार्थ्यांना शिकवायचं काम केलं आणि तो बेल लॅब्जच्या सल्लागारपदीसुद्धा काम करत राहिला. शॅननच्या नावानं 'इन्स्टिटयूट ऑफ इलेक्ट्रिकल अँड इलेक्ट्रॉनिक्स इंजिनिअरिंग (आय-ट्रिपल इ)'नं या क्षेत्रात चमकदार कामगिरी करणाऱ्यांसाठी एक पुरस्कारही ठेवला आहे.

१९५० मध्ये शॅननं २५ चौकोनांचा मिळून बनलेल्या, वळणावळणाच्या रस्त्यातून चालणारा आणि चुंबकापासून बनवलेला 'उंदीर' तयार केला होता. हा उंदीर रीलेजच्या मदतीनं चाले. या खेळाचं वैशिष्ट्य म्हणजे त्यातल्या रस्त्यांची वळणं हवी तशी बदलणं शक्य असे. त्यामुळे आपल्याला हवा तशा वळणांचा रस्ता बनवून या उंदराला हवं तिथे उचलून ठेवलं की तो त्याला आधी माहिती असलेल्या रस्त्यांच्या आधारे या नवीन रस्त्यांमधून वाट काढत काढत पुन्हा मूळच्या ठिकाणी येई! जर त्याला एकदम नवीन ठिकाणी ठेवलं तर तो तिथून त्याला माहिती असलेल्या एखाद्या ठिकाणी पोहोचायचा प्रयत्न करे आणि तिथून मग बरोबर ठिकाणी जाई! म्हणजेच यात 'आर्टिफिशियल इंटेलिजन्स' आणि 'एक्सपर्ट सिस्टिम्स'ची तत्त्वं होती. शॅननं या उंदराचं नाव ग्रीक पुराणकथांमधल्या एका व्यक्तीच्या स्मरणार्थ 'थिसस' असं ठेवलं होतं. १९६५ मध्ये शॅनन रशियामध्ये गेलेला असताना त्यानं तेव्हा बुद्धिबळात जागतिक पातळीवर सगळ्यात यशस्वी असलेल्या मिखाईल बॉटव्हिनिक याला आपल्याबरोबर एक सामना खेळायचं आव्हान दिलं. ४२ चालींनंतर या सामन्यात शॅननचा पराभव झाला असला तरी त्याची कामगिरी वाखाणण्याजोगी होती, असं सगळ्यांचं मत झालं.

कृत्रिम बुद्धिमत्तेच्या संकल्पनेचा पाया रचणाऱ्या महान तंत्रज्ञांपैकी काहींची ठळक उदाहरणं बघितल्यावर आता त्यामधल्या अलीकडच्या घडामोडींकडे आपण वळू.

•••

८. कृत्रिम बुद्धिमत्तेकडे वाटचाल

मानवी मन आणि मेंदू हे तर अगदी सैरभैर आणि वळवळे असतात! साहजिकच एकदम शिस्तबद्ध संगणकाला अशी वळवळ कशी जमणार? कृत्रिम बुद्धिमत्तेच्या तंत्रज्ञानाची हीच तर खुबी आहे.

गेल्या अर्धदशकाहून जास्त काळात संशोधक 'बुद्धिमान यंत्र' बनवण्याच्या प्रयत्नात आहेत. १९५६ मध्ये न्यू हॅम्पशर राज्यातल्या डार्टमाऊथ कॉलेजात झालेल्या एका परिषदेत प्रथमच यासंबंधीच्या 'आर्टिफिशियल इंटेलिजन्स' या संज्ञेचा वापर झाला. ही परिषद तब्बल २ महिने चालली. ही परिषद भरवण्यात जॉन मॅकार्थीचा पुढाकार होता. मॅकार्थी हा त्याच कॉलेजात गणिताचा प्राध्यापक होता. या परिषदेत माणूस जसा शिकतो, विचार करतो आणि आपली बुद्धिमत्ता वापरतो; त्याच धर्तीवर संगणकाला माणसासारखा विचार करायला शिकवता येईल का; या विषयावर बरीच चर्चा झाली. त्याविषयीच्या कल्पना तशा बऱ्याच आधीपासून अस्तित्वात होत्या. हर्बर्ट सायमन, जॉन मॅकार्थी, क्लॉड शॅनन, अलेन न्यूवेल आणि मार्व्हिन मिन्स्की ही एआय क्षेत्रातली दादा मंडळी या परिषदेला हजर होती. मिन्स्की तेव्हा हार्वर्डमध्ये गणित आणि मेंदूविज्ञान यांच्या संदर्भातलं संशोधनात करत होता. या लोकांपैकी न्यूवेल आणि सायमन यांनी परिषदेतल्या चर्चेदरम्यान एक अत्यंत सनसनाटीपूर्ण दावा केला. त्यानुसार माणसासारखा विचार करू शकणारा संगणकीय प्रोग्रॅम लिहिण्यात त्यांना यश मिळालं होतं. त्यामुळे यंत्र मानवी मेंदूसारखा विचार करू शकते का, याविषयी वाद सुरू झाले. ही घटना घडून अर्धशतक झालं तरीही या प्रश्नाचं अगदी खात्रीलायक उत्तर मिळत नाही. अर्थात या परिषदेत अगदी महत्त्वाचं असं फारसं काही घडलं नसलं तरी कृत्रिम बुद्धिमत्तेच्या तंत्रज्ञानाशी संबंधित असलेली इतकी

मंडळी एकत्र येणं आणि त्यांनी त्यांच्या विचारांचं आदानप्रदान करणं हेही काही कमी नव्हतं!

कालांतरानं मिन्स्की आणि मॅकार्थी यांनी एमआयटीमध्ये कृत्रिम बुद्धिमत्तेच्या तंत्रज्ञानासाठी प्रयोगशाळा सुरू केली. १९६३ साली मॅकार्थी तिथून बाहेर पडला आणि स्टॅनफर्डमध्ये गेला. याखेरीज सायमन आणि न्यूवेल यांनी कार्नेगी-मेलन विद्यापीठात कृत्रिम बुद्धिमत्तेविषयीचे अभ्यासक्रम सुरू केले. कृत्रिम बुद्धिमत्तेच्या तंत्रज्ञानात प्रामुख्यानं वापरलेली जाणारी LISP ही संगणकीय भाषाही मॅकार्थीनंच तयार केली. मॅकार्थीच्या आवडीचा विषय तर्कशास्त्र आणि बुद्धिमत्ता यांचा परस्परसंबंध तपासणं हा होता. सायमन आणि न्यूवेल यांच्या संशोधनाचा मुख्य भर माणसासारखा विचार करून संगणकाला एखादा प्रश्न सोडवायला शिकवणं शक्य आहे का, याचा अभ्यास करण्यावर होता. मिन्स्कीचा भर संगणकाचा अभ्यास करून आपल्याला मानवी मनाच्या अंतरंगांविषयी काही शिकता येईल का, यावर होता. तोपर्यंत संगणकांचा वापर 'निर्बुद्ध आणि कारकुनी यंत्रं' म्हणून होई. म्हणजेच समजा एखाद्या कार्यालयातल्या कर्मचाऱ्याचा एकूण पगार किती, हे ठरवायचं असेल तर संगणकात त्यासाठीचा प्रोग्रॅम चालवायचा. मग तो प्रोग्रॅम त्याला पुरवलेल्या माहितीच्या आधारे अगदी एखाद्या आज्ञाधारक मुलासारखा आपल्याला सगळे हिशेब करून पगार किती ते सांगणार. या अगदी यांत्रिकपणे होणाऱ्या गोष्टी सोडून तो दुसरं काहीच करू शकायचा नाही. दुसरीकडे मानवी मन आणि मेंदू हे तर अगदी सैरभैर आणि वळवळे असतात! साहजिकच एकदम शिस्तबद्ध संगणकाला अशी वळवळ कशी जमणार? कृत्रिम बुद्धिमत्तेच्या तंत्रज्ञानाची हीच तर खुबी आहे. या बाबतीतले हर्बर्ट सायमनचे विचार इथे सांगण्यासारखे आहेत :

संगणक त्यांना सांगितलेली कामं करू शकतात, हे तर अगदी उघड आहे. याउलट माणूस सतत विचार करू शकतो, नवनव्या गोष्टी शिकू शकतो आणि म्हणूनच नवनिर्मिती करू शकतो. याचं कारण म्हणजे त्याच्या डोक्यात निसर्गानं बसवलेला 'प्रोग्रॅम' हा त्या माणसाचा त्याच्या आजूबाजूच्या परिसराशी जसजसा संबंध येत राहतो, तसतसा स्वत:ला बदलत राहतो. म्हणजेच तो शिकत राहतो. असंच आपण संगणकांच्या बाबतीत करू शकू का? अर्थातच त्यासाठी आपल्याला संगणकातही असाच 'प्रोग्रॅम' बसवावा लागेल; पण संगणकात काम करणाऱ्या नेहमीच्या आज्ञाधारक प्रोग्रॅम्सपेक्षा हा प्रोग्रॅम पूर्णपणे वेगळा असला पाहिजे. त्याला

स्वतःला सद्यःपरिस्थितीचा अंदाज घेऊन त्यानुसार बदलण्याची कला अवगत असणं गरजेचं असणार आहे. म्हणजेच आपल्याकडून नेमक्या कोणत्या चुका होत आहेत, त्या कशा दुरुस्त करायच्या, आणखी प्रभावीपणे आपलं काम कसं करत राहायचं आणि सदोदित अद्ययावत कसं राहायचं, हे सगळं त्याला ठाऊक असलं पाहिजे. त्यानुसार त्याला तसं करायला जमलं पाहिजे.

याच काळात कृत्रिम बुद्धिमत्तेच्या तंत्रज्ञानात 'एजंट' नावाची संकल्पना असली पाहिजे, ही महत्त्वाची कल्पना जन्मली. हा एजंट म्हणजे एखादा यंत्रमानव किंवा संगणकावर चालू शकेल असा प्रोग्रॅम असतो. तो बुद्धिमान असतो असं मानलं जातं. काही एजंट्स हे हार्डवेअरचे बनलेले असतात; म्हणजे भौतिक अस्तित्व असलेले असतात. इतर काही एजंट्स सॉफ्टवेअरच्या रूपात असतात. यंत्रमानव हे भौतिकदृष्ट्या अस्तित्वात असलेल्या एजंटचं उदाहरण झालं. असा एजंट सभोवतालच्या वातावरणाशी संपर्क साधू शकतो. कृत्रिम बुद्धिमत्तेच्या तंत्रज्ञानाचा मुख्य भर सॉफ्टवेअरमधल्या म्हणजेच 'व्हर्च्युअल' एजंट्सवर जास्त असतो.

अर्थात मानवी मन आणि शरीर यांच्या परस्परसंबंधांवर अनेक शतकांपासून विचार झालेला आहे. रेनी देकार्त (१५९६-१६५०) यानं मन आणि शरीर हे पूर्णपणे वेगळे आहेत असा अंदाज बांधला होता. त्यानंतरची तीन शतकं देकार्तच्या विचारांचा संशोधकांवर पुरता पगडा होता. फक्त माणसालाच मन असतं असं देकार्तला वाटे. म्हणजेच प्राण्यांना फक्त शरीर असतं आणि मन नसतं, असं त्याचं मत होतं. तसंच शरीर हे एक प्रकारचं यंत्रच असतं असं तो म्हणत असे. साहजिकच माणसाच्या मनात घडणाऱ्या घडामोडींमुळे त्याचा शरीरावर काय परिणाम होतो, हे मात्र त्याला आणि त्याच्यानंतर अनेकांना उमगलं नाही. कृत्रिम बुद्धिमत्तेशी संबंधित असलेल्या अभ्यासकांच्या म्हणण्यानुसार विचार आणि बुद्धिमत्ता या गोष्टी फक्त माणसाच्या मेंदूत आणि शरीरातच जन्मू शकतात असं नाही. मेंदूशिवाय 'विचार करणं' शक्य आहे असा त्यांचा दावा असतो. म्हणूनच संगणकावर चालणारे प्रोग्रॅम्स हे मानवी मनासारखे असतात असं त्यांना वाटतं. थोडक्यात म्हणजे मानवी मन म्हणजे प्रोग्रॅम आणि शरीर म्हणजे संगणक अशी कृत्रिम बुद्धिमत्तेच्या जगातली व्याख्या असते.

१९५०च्या दशकात इंग्लंडच्या ब्रिस्टल गावात डब्ल्यु ग्रे वॉल्टर यानं यंत्रमानव बनवायचं काम हाती घेतलं. वॉल्टरला 'सायबरनेटिक्स' या विषयात रस होता. 'सायबरनेटिक्स' म्हणजे प्राणी आणि यंत्रं यांच्या 'वागण्याच्या' वेगवेगळ्या

पद्धतींचा अभ्यास करणं. या तंत्रज्ञानाचा पाया असा : माणूस, प्राणी आणि यंत्रं यांच्यासाठीचा 'कच्चा माल' वेगवेगळा असला तरी या तीनही गोष्टींवर नियंत्रण ठेवणारे नियम एकाच प्रकारचे आणि सगळीकडे सारखेच असतात. वॉल्टरला मानवी जीवनाचा अभ्यास करून त्यानुसार यंत्रांनाही प्रसंगानुरूप 'वागायला' शिकवता येईल का, याविषयी प्रचंड कुतूहल होतं. त्याचाच एक भाग म्हणून त्यानं कासवासारखे दिसणारे यंत्रमानव तयार केले. त्यांना तो पूर्णपणे स्वावलंबी मानायचा. त्यांच्या कामात माणसानं कोणताही अडथळा आणायला नको याबाबत तो आग्रही असे. या यंत्रमानवांना तीन चाकं होती. तसंच त्यांच्याभोवती एक कवच होतं. त्यामुळे ते कुठे धडकले तरी फारसं नुकसान होत नसे. तसंच या यंत्रमानवांमध्ये प्रकाशाचं अस्तित्व ओळखू शकणारा एक 'सेन्सर' होता. आजच्या युगात वॉल्टरचे यंत्रमानव बाळबोध वाटतील; पण त्याच्या प्रयत्नांमुळे रोबोटिक्सशी संबंधित असलेले काही महत्त्वाचे अंदाज तरी बांधता आले; हे नक्कीच.

आपल्याकडच्या यंत्रमानवांपैकी 'एल्सी' नावाचा यंत्रमानव इतरांपेक्षा 'वेगळा' असल्याचं वॉल्टरच्या लक्षात आलं. या यंत्रमानवामध्ये त्यानं यंत्रमानवाची बॅटरी आपोआप रिचार्ज होण्यासाठीची यंत्रणा बसवलेली होती. एखाद्या प्राण्यासारखं इकडेतिकडे फिरून झाल्यावर या यंत्रमानवाच्या बॅटरीची क्षमता काही काळानं संपून जाई. तेव्हा हा यंत्रमानव स्वतःची बॅटरी स्वतःच रिचार्ज करत असे. बॅटरी पूर्णपणे रिचार्ज झाल्यावर हा यंत्रमानव पुन्हा आपल्या निद्रावस्थेतून जागा होऊन आपली धडपड सुरू करत असे. एल्सीचं 'वागणं' काही प्रमाणात 'क्लेव्हर हॅन्स' नावाच्या घोड्याशी मिळतंजुळतं होतं असं काही निरीक्षकांना वाटलं. या घोड्याला गणितं सोडवता येतात असा समज पसरला होता! या घोड्याचा प्रशिक्षक विल्हेम वॉन ऑस्टेन यानं त्याला हे शिकवलं होतं असं मानलं जाई. एखादं गणित फळ्यावर लिहून मुद्दामच त्याचं योग्य आणि चुकीचं अशी दोन्ही उत्तरं लिहिली जात. हॅन्स हा घोडा ते गणित 'सोडवून' बरोबर योग्य उत्तराच्या खाली त्याचा पंजा नेऊन तो नाचवत असे! हे बघून प्रेक्षक अर्थातच अवाक् होत. अनेक 'शास्त्रीय' चाचण्या घेऊन या घोड्याला खरोखरच गणित सोडवता येतं, हेही 'सिद्ध' झालं होतं! नंतर यातली पोलखोल झाली. जेव्हा ऑस्टेन या हॅन्सच्या प्रशिक्षकाला योग्य उत्तर माहिती असतं तेव्हाच हॅन्स योग्य उत्तरावर आपला पंजा नेतो असं दिसून आलं. जर ऑस्टेन या प्रशिक्षकालाच योग्य उत्तर माहीत नसेल तर तो घोडाही चुकीचं उत्तर देत असल्याचं आढळून आलं. म्हणजेच ऑस्टेन हा हॅन्सला ठरावीक खूण करत असेल हे उघड झालं. यामुळे 'हुषार' घोड्याचं आणि प्रशिक्षकाचं पितळ उघडं पडलं.

तेव्हापासून Clever Hans' Error या नावाची एक संज्ञाच जन्माला आली. जेव्हा वातावरणामुळे किंवा इतर अनाकलनीय घटनांमुळे घडणाऱ्या एखाद्या गोष्टीचं श्रेय आपण भलत्याच कुणाला तरी देतो, तेव्हा आपल्याकडून एक प्रकारची चूक होत असते. तिला Clever Hans' Error असं म्हणतात. अशाच प्रकारची चूक वॉल्टरनं तयार केलेल्या यंत्रमानवांच्या निरीक्षकांनी केलेली असावी असं अनेक जण मानतात. म्हणजेच आपल्या यंत्रमानवांनी चूक करू नये यासाठी आजूबाजूचा परिसर तसंच यंत्रमानवांच्या हालचाली वगैरे गोष्टी वॉल्टरनं मुद्दाम हव्या तशा ठरवून ठेवल्या होत्या. साहजिकच त्याचे यंत्रमानव खूप हुशार असल्याचा समज निर्माण झाला.

या संदर्भातलं प्रसिद्ध भाषातज्ज्ञ आणि विचारवंत नॉम चॉम्स्की यांचं भाष्य अतिशय बोलकं आहे. लहान मुलं आई-वडील तसंच आजूबाजूच्या परिसरातले लोक यांचं निरीक्षण करून बोलायला शिकतात असं आपण मानतो. ते काही अंशी खरंही आहे; पण केवळ या 'परिसरावर'च ते अवलंबून असतं तर या अतिशय मर्यादित स्वरूपाच्या गोष्टींच्या आधारे मुलं इतके शब्द कशी काय शिकतात? तसंच भाषा, व्याकरण आणि एकूणच भाषा योग्य पद्धतीनं वापरायची कला हे सगळं त्यांना कसं काय जमतं? म्हणजेच जन्मत:च त्यांना या सगळ्याचं ज्ञान कसं मिळवायचं, हे माहीत असलं पाहिजे आणि आजूबाजूचा परिसर फक्त या ज्ञानाचा योग्य तऱ्हेने विकास होण्यात हातभार लावत असला पाहिजे; असं चॉम्स्की म्हणतात. चॉम्स्की यांच्या या विधानाचा आणि भूमिकेचा विचार कृत्रिम बुद्धिमत्तेसंबंधीच्या गेल्या अनेक दशकांच्या संशोधनात खूप आढळतो. भाषाविकास, स्मृती, शिक्षण आणि विचार करणं या सगळ्या गोष्टींवर याचा प्रभाव पडतो. या सगळ्या गोष्टींचा विचार आजूबाजूच्या परिसराकडे बऱ्यापैकी दुर्लक्ष करूनही होऊ शकतो; असा याचा अर्थ निघतो. आता हेच तत्त्व यंत्रमानवांच्या बाबतीत मात्र लागू पडत नाही. याचं कारण म्हणजे यंत्रमानवांचा संबंध आजूबाजूच्या परिसराशी सारखा येत असतो. त्यामुळे त्याकडे दुर्लक्ष करून चालत नाही.

एकूणच माणूस नेमका कसा विचार करतो, तो हुशार कसा बनतो, निरनिराळ्या प्रसंगी योग्य निर्णय कसे घेतो, याविषयी कृत्रिम बुद्धिमत्तेशी संबंधित असलेल्या तंत्रज्ञांना विलक्षण कुतूहल आहे. हे अर्थात स्वाभाविकच आहे. कारण माणसामध्ये निर्माण होणारी बुद्धिमत्ता आणि संगणकांमध्ये निर्माण केली जाणारी कृत्रिम बुद्धिमत्ता यांची सांगड घालणं हाच या तंत्रज्ञानाचा मुख्य प्रयत्न आहे. जर माणूस कशा प्रकारे बुद्धिमान बनतो, हे या तंत्रज्ञांना समजलं तर त्याच प्रकारच्या गोष्टी संगणकांमध्ये भरता येतील अशी त्यांना आशा वाटते. साहजिकच कृत्रिम बुद्धिमत्तेच्या तंत्रज्ञानाचा भर जीवशास्त्र या शाखेवर आणि त्याच्यामधल्या उपशाखांवर आहे.

मेंदूविज्ञानामधल्या गेल्या काही वर्षांमधल्या अत्याधुनिक संशोधनानंतरही माणसाच्या मेंदूमधल्या 'न्यूरॉन' या संदेशवाहकाचं काम नेमकं कसं चालतं, हे अजून आपल्याला समजलेलं नाही. न्यूरॉन म्हणजे मेंदूमधली पेशी असं आपण ढोबळमानानं म्हणू शकतो. साहजिकच या सगळ्या न्यूरॉन्सचं एकत्रितरीत्या काम कसं चालतं आणि यातून माणूस विचार कसा करतो, याचा उलगडा होणं तर अजून अवघडच आहे. मेंदूच्या कामकाजावर आधारित असलेल्या संकल्पना वापरून संगणकांनाही कृत्रिम बुद्धिमत्तेचं प्रशिक्षण देण्याच्या कामाला 'न्यूरल नेट' असं म्हणतात. अर्थातच मानवी मेंदू आणि हे संगणकीय 'न्यूरल नेट' यांच्यात अनेक फरक असतात.

मेंदूविज्ञानामधल्या गेल्या काही वर्षांमधल्या अत्याधुनिक संशोधनानंतरही माणसाच्या मेंदूमधल्या 'न्यूरॉन' या संदेशवाहकाचं काम नेमकं कसं चालतं, हे अजून आपल्याला समजलेलं नाही. न्यूरॉन म्हणजे मेंदूमधली पेशी असं आपण ढोबळमानानं म्हणू शकतो. साहजिकच या सगळ्या न्यूरॉन्सचं एकत्रितरीत्या काम कसं चालतं आणि यातून माणूस विचार कसा करतो, याचा उलगडा होणं तर अजून अवघडच आहे. मेंदूच्या कामकाजावर आधारित असलेल्या संकल्पना वापरून संगणकांनाही कृत्रिम बुद्धिमत्तेचं प्रशिक्षण देण्याच्या कामाला 'न्यूरल नेट' असं म्हणतात. अर्थातच मानवी मेंदू आणि हे संगणकीय 'न्यूरल नेट' यांच्यात अनेक फरक असतात. मानवी आणि खरं म्हणजे इतरही प्राण्यांच्या मेंदूमध्ये सातत्यानं निरनिराळी प्रवाही रसायनं एकीकडून दुसरीकडे फिरत असतात. या रसायनांमुळे मानवी मेंदूच्या कामकाजामध्ये असंख्य घडामोडी घडतात.

आपल्या मेंदूमधला प्रत्येक न्यूरॉन हे जणू एक स्वयंपूर्ण आणि हुशार यंत्रच असतं. प्रत्येक न्यूरॉनचं इतर ५,००० ते २०,००० न्यूरॉन्सशी नातं असतं किंवा जाळं असतं. या जाळ्याद्वारे आपल्या मेंदूचं काम होत राहतं. म्हणजेच न्यूरॉन्समधल्या सततच्या संदेशवहनामुळे आपल्या मेंदूची यंत्रणा सुरू राहते. 'संगणकाचा मेंदू' म्हणून ओळखलं जाणारं 'सेंट्रल प्रोसेसिंग युनिट (सीपीयू)' आणि आपल्या मेंदूमधले न्यूरॉन्स यांच्यात मूलभूत फरक असतो. संगणकात एकच मेंदू म्हणजे एकच सीपीयू असतो. तो स्वतंत्ररीत्या काम करतो. म्हणजेच इतर सीपीयूंशी संदेशवहन करणं वगैरे गोष्टींचा तिथे संबंधच येत नाही. आपल्या मेंदूमधल्या न्यूरॉन्सचं मात्र तसं नसतं. हे न्यूरॉन्स स्वतंत्ररीत्या फार काही करू शकत नाहीत; पण एकमेकांशी संवाद साधून मात्र ते आपल्या मेंदूचं काम अत्यंत चोखपणे पार पाडतात. साहजिकच

संगणकामध्ये मानवी मेंदूसारखी क्षमता निर्माण करायची असेल तर त्यासाठी आपल्या मेंदूमधल्या न्यूरॉन्ससारखं तिथे काही करणं तितकंसं सोपं असतं. मुळात न्यूरॉन आणि सीपीयू यांच्यातल्या फरकांमुळे हे अवघड झालेलं आहे.

सुरुवातीला मानवी मेंदूच्या धर्तीवर संगणकालाही विचार करायला शिकवण्यासाठीचा प्रयत्न म्हणून 'पर्सेप्ट्रॉन' नावाचं एक यंत्र तयार करण्यात आलं. जसे आपल्या मेंदूमध्ये न्यूरॉन्स असतात तशी या पर्सेप्ट्रॉनमध्ये विचार करण्यासाठी म्हणून 'इनपुट युनिट्स' बसवण्यात आली. ती अर्थातच एकमेकांशी संवाद साधायची. त्यानंतर ज्याप्रमाणे आपल्या मेंदूमध्ये न्यूरॉन्समधल्या संदेशांची देवाणघेवाण होते, त्याच धर्तीवर पर्सेप्ट्रॉनमध्ये ही इनपुट युनिट्स एकमेकांशी संवाद साधत होती. या संवादातून शेवटी संगणकाला अपेक्षित असलेला '०' किंवा '१' हा निकाल बाहेर पडत होता. ज्याप्रमाणे न्यूरॉन्स सतत माणसाच्या मेंदूला पुढचा निर्णय घेण्यामध्ये आपल्या कामकाजातून मदत करतात, तशाच प्रकारे ही इनपुट युनिट्स पर्सेप्ट्रॉनला निर्णय घ्यायला मदत करतील अशी यामागची कल्पना होती. संकल्पनेच्या दृष्टीनं हे ठीकठाक वाटत असलं तरी प्रत्यक्षात मात्र केवळ एक पर्सेप्ट्रॉन पुरेसा नव्हता. याचं कारण म्हणजे आपल्या मेंदूमध्ये सुमारे १०,००० कोटी न्यूरॉन्स असतात असं मानलं जातं! त्याच्या तुलनेत पर्सेप्ट्रॉनमध्ये खूपच कमी इनपुट युनिट्स असतात. पर्सेप्ट्रॉनमधल्या या कमतरता १९६९ मध्ये मर्विन मिन्स्की आणि सेमूर पेपर्ट या कृत्रिम बुद्धिमत्तेच्या क्षेत्रामधल्या दोन दादा मंडळींनी अभ्यासकांच्या नजरेला आणून दिल्या. यामुळे पुढचं दशकभर पर्सेप्ट्रॉन किंवा त्याच्याशी साधर्म्य दाखवणाऱ्या संशोधनाकडे सगळ्यांनी पुरती पाठच फिरवली. पुन्हा १९८०च्या दशकामध्ये पर्सेप्ट्रॉनसारख्या संगणकांची निर्मिती करणं आणि असे अनेक संगणक एकमेकांना जोडून त्यांची जाळी तयार करणं या संकल्पनेनं जोर पकडला. यांनाच 'न्यूरल नेटवर्क' म्हणून ओळखलं जातं.

जॉन मॅकार्थी

जॉन मॅकार्थी (जन्म १९२७) यानं कृत्रिम बुद्धिमत्तेच्या तंत्रज्ञानाच्या बाबतीत खूप भरीव कामगिरी केली. संगणकाला 'ढ' किंवा बिनडोक न समजता त्याच्याकडून वेगवेगळ्या प्रकारची बुद्धी वापरायची गरज असलेली कामं करून घेण्यासाठीच्या तंत्रज्ञानावर मॅकार्थीनं मूलभूत काम केलं. मॅकार्थीच्या या कामगिरीमुळे त्याला १९७१ मध्ये

मानाचा 'ट्युरिंग पुरस्कार' देऊन गौरवण्यात आलं. मुळात 'आर्टिफिशियल इंटेलिजन्स' हा शब्दसुद्धा मॅकार्थीनंच रूढ केला.

मॅकार्थीच्या जन्मानंतर काही काळातच सुरुवातीला अमेरिकेला आणि पाठोपाठ सगळ्या जगाला महाभयंकर आर्थिक मंदीनं घेरून टाकलं. त्यामुळे मॅकार्थीच्या वडिलांवर कामाच्या शोधात वणवण भटकत राहण्याची वेळ आली. शेवटी लॉस एंजेलिसमधल्या एका वस्त्रनिर्मितीच्या कारखान्यामध्ये त्यांना नोकरी मिळाली. मॅकार्थीची प्रकृती लहानपणी एकदम नरम असायची. त्यामुळे त्याला अनुकूल असलेल्या हवामानात राहता येईल हाही लॉस एंजेलिसमध्ये जाण्यामागचा त्याच्या वडिलांचा हेतू होता. शिक्षण सुरू झाल्यावर लहान वयातच मॅकार्थीनं आपली गणितामधली प्रतिभा दाखवली. विद्यार्थिदशेत असताना मॅकार्थीला 'कॅलिफोर्निया इन्स्टिट्यूट ऑफ टेक्नॉलॉजी'मध्ये प्रवेश मिळाला; पण तिथे दाखल होण्यापूर्वीच मॅकार्थीनं गणिताची सगळी पुस्तकं वाचून त्यामधली गणितं सोडवून टाकलेली असल्यामुळे पहिली २ वर्षं त्याला गणित या विषयातून सूट देण्यात आली.

शिकून बाहेर पडल्यावर मॅकार्थीनं युद्धकाळात सैन्यात कारकुनीचं काम केलं. १९४८ मध्ये गणिताची पदवी मिळवल्यावर परत एकदा मॅकार्थीनं आपलं शिक्षण पुढे काही काळासाठी सुरू ठेवायचं ठरवलं. १९५१ मध्ये प्रिन्स्टनमधून मॅकार्थीनं गणितामध्ये डॉक्टरेट पूर्ण केली. तसंच काही वर्षांमध्ये त्यानं संगणकांचा वापर करून बुद्धिबळ खेळता येईल का, यासाठी प्रयत्न सुरू केले. प्रिन्स्टन, स्टॅनफर्ड, डार्टमाऊथ आणि एमआयटी अशा वेगवेगळ्या ठिकाणी मॅकार्थीनं थोड्या काळासाठी प्राध्यापक म्हणून काम केलं. १९६२ मध्ये मॅकार्थीचं बूड एकदाचं स्टॅनफर्डमध्ये स्थिरावलं ते थेट २००० मध्ये तिथून निवृत्ती पत्करेपर्यंतसाठीच!

कृत्रिम बुद्धिमत्तेच्या तंत्रज्ञानामागे गणिताचा खूप मोठा हात असतो. यासंबंधी मॅकार्थीनं खूप काम केलं. कारण या गणितावरच तर्कशास्त्र आधारलेलं असतं आणि त्या तर्कशास्त्राचा वापर कृत्रिम बुद्धिमत्तेमध्ये होतो. १९५८ मध्ये मॅकार्थीनं 'अॅडव्हान्स्ड टेकर' नावाच्या प्रोग्रॅमची कल्पना मांडली. त्यानुसार संगणकामधली माहिती नेहमीप्रमाणे न साठवता तर्कशास्त्रावर आधारित असलेल्या संकल्पना वापरून साठवली जाईल असं ठरलं. हे काम करणारा मॅकार्थी पहिलाच होता. याशिवाय कृत्रिम बुद्धिमत्तेच्या तंत्रज्ञानाचा उगाच बाऊ केला जाऊ नये, असंही मॅकार्थी म्हणायचा. सर्वसामान्यपणे विचार करू शकणारा आणि म्हणूनच 'कॉमन सेन्स' असलेला माणूस जसा विचार करतो, तशाच प्रकारे संगणकाला विचार करायला शिकवणं म्हणजे कृत्रिम बुद्धिमत्ता अशी सुटसुटीत व्याख्या मॅकार्थीनं

बनवली होती. म्हणजेच माणूस जेव्हा विचार करतो, तेव्हा त्याला आधी माहीत असलेल्या अनेक गोष्टींचा आणि संकल्पनांचा तो जसा आधार घेत असतो, तसंच कृत्रिम बुद्धिमत्तेच्या संकल्पनेवर आधारित असलेलं काम करणाऱ्या संगणकाच्या बाबतीत होतं अशी ही कल्पना होती. तसंच कृत्रिम बुद्धिमत्तेचा प्रोग्रॅम सुरू झाला की संगणकाला आणखी नवी माहितीसुद्धा पुरवली जाणार होती. अशा प्रकारे संगणकाकडे आधीपासून असलेली आणि आता नव्यानं पुरवण्यात आलेली अशा दोन प्रकारची माहिती असणार होती. त्या दोन प्रकारच्या माहितीची योग्य प्रकारे सांगड घालून हा संगणक अगदी तर्कशुद्धपणे विचार करून योग्य ते निर्णय घेणार होता. म्हणजेच जसा एखादा माणूस त्याच्याकडच्या सगळ्या माहितीचा वापर करेल, सगळ्या शक्यतांचा विचार करेल तसं संगणक करणार होता. अगदी थोडक्यात सांगायचं तर जसजशी नवी माहिती मिळेल, तसतसा संगणकही शिकत जाणार होता आणि ताज्या स्थितीनुसार काम करणार होता.

१९५८ मध्ये मॅकार्थीनं कृत्रिम बुद्धिमत्तेच्या तंत्रज्ञानामध्ये प्रामुख्यानं वापरली जाणारी LISP ही संगणकांसाठीची भाषा तयार केली. ही भाषा लवकरच खूप लोकप्रिय झाली. 'फोर्ट्रान' भाषेच्या खालोखाल दुसऱ्या क्रमांकाची लोकप्रियता LISP भाषेनं मिळवली. LISP भाषेचं वैशिष्ट्य म्हणजे संगणकाकडून काम करून घेण्यासाठी लिहिल्या गेलेल्या प्रोग्रॅम्सना गणिती चिन्हांमध्ये मांडायची सोय या भाषेत होती. गणितामधल्या 'लॅम्डा कॅल्क्युलस' नावाच्या एका प्रकारावर LISP भाषा आधारलेली होती. सुरुवातीला गणितांशी संबंधित असलेली कामं करण्यासाठी LISP भाषेचा प्रामुख्यानं उपयोग व्हायचा. पण लवकरच तिचा वापर कृत्रिम बुद्धिमत्तेशी संबंधित असलेलं संशोधन करणं आणि त्यासंबंधीची कामं करणं यासाठी व्हायला लागला. नंतर तर LISP नं नुसता धुमाकूळच घातला. संगणकशास्त्रामधल्या अनेक महत्त्वाच्या संकल्पनांच्या जन्माच्या वेळी LISP भाषेचा खूप वापर केला गेला. उदाहरणार्थ, अलीकडे जावा, सी शार्प अशांसारख्या संगणकाच्या भाषा प्रोग्रॅम्स लिहिण्यासाठी प्रोग्रॅमर मंडळी वापरतात. या सगळ्या भाषांच्या मुळाशी 'ऑब्जेक्ट ओरिएन्टेड टेक्नॉलॉजी' नावाची एक संकल्पना असते. या संकल्पनेची पाळंमुळंसुद्धा LISP भाषेमध्येच रोवली गेली आहेत.

एमआयटीमधल्या आपल्या कारकिर्दीमध्ये मॅकार्थीनं कृत्रिम बुद्धिमत्तेशी संबंधित असलेल्या एका संशोधन केंद्राच्या उभारणीमध्ये मोठा वाटा उचलला. तिथे काम करत असतानाच मॅकार्थीचं पहिलं लग्न झालं. १९६२ मध्ये मॅकार्थी एमआयटी सोडून स्टॅनफर्डला आला आणि तिथेही कृत्रिम बुद्धिमत्तेच्या तंत्रज्ञानाशी

संबंधित असलेलं एक संशोधन केंद्र त्यानं उभं केलं. त्यामुळे एमआयटी आणि स्टॅनफर्ड या दोन जगविख्यात विद्यापीठांमध्ये कृत्रिम बुद्धिमत्तेशी संबंधित असलेलं संशोधन करण्याविषयीची निकोप स्पर्धाच सुरू झाली. याचा अर्थातच संगणकशास्त्राला खूप फायदा झाला.

आपल्या १९६१ मधील भाषणात मॅकार्थीची दूरदृष्टी परत एकदा जगासमोर आली. जसं पाणी, गॅस, वीज अशा गोष्टी कंपन्या कुणालाही पुरवू शकतात आणि त्यांच्या वापरानुसार लोकांकडून त्याचे पैसे वसूल करतात, त्याच धर्तीवर संगणकांशी संबंधित असलेल्या कंपन्या आपल्याकडच्या सोयीसुविधा त्यांची गरज असलेल्या कंपन्यांना पुरवू शकतील असं मत मॅकार्थीनं मांडलं. पूर्वीची 'डेटा सेंटर्स' आणि अलीकडचं 'क्लाउड कम्प्युटिंग'चं तंत्रज्ञान या संकल्पना याच गोष्टीवर आधारलेल्या आहेत.

मॅकार्थीची विचारशक्ती प्रचंड होती आणि ती काळाच्या पुढे जाणारी होती. त्यामुळे त्यानं त्या काळाच्या मानानं सनसनाटी वाटतील अशा अनेक कल्पना मांडल्या. उदाहरणार्थ, कृत्रिम बुद्धिमत्तेचं तंत्रज्ञान वापरून तयार केलेला प्रोग्रॅमच तो प्रोग्रॅम लिहिणाऱ्या प्रोग्रॅमरला भारी पडू शकेल का, असा प्रश्न मॅकार्थीनं उपस्थित केला. म्हणजेच कृत्रिम बुद्धिमत्तेचा वापर करून प्रोग्रॅमरनं लिहिलेला प्रोग्रॅम त्या प्रोग्रॅमरच्या हुशारीवर मात करण्याइतका यशस्वी ठरू शकेल का, या प्रश्नाचं उत्तर मॅकार्थीला मिळवायचं होतं. तसंच 'ऑटोमॅटा' म्हणजेच एखाद्या यंत्रानं आपली स्वत:चीच एक प्रत तयार करण्याइतकी प्रगती साधली जाईल का, याचाही मॅकार्थीला शोध घ्यायचा होता.

१९७०-८०च्या दशकात कृत्रिम बुद्धिमत्तेचा पाया भरभक्कम करणाऱ्या मॅकार्थीनं खरोखर या क्षेत्रामध्ये अभूतपूर्व कामगिरी करून दाखवली आहे हे नक्की!

●●●

९. कृत्रिम बुद्धिमत्ता आणि साहित्य/चित्रपट

मानवी क्षमतेच्या पलीकडच्या गोष्टी करू शकणारी यंत्रं तसंच माणसासारखा विचार करू शकणारी यंत्रं अशा दोन्ही प्रकारच्या गोष्टींची सांगड घालून त्यावर आधारित असलेल्या संकल्पनांची जुळणी करणं हा अद्‌भुत प्रकार आहे. विज्ञानकथांचा एक भाग म्हणून आपण कृत्रिम बुद्धिमत्तेवर आधारित असलेल्या कथांकडे बघू शकतो.

विज्ञानकथा, चित्रपट आणि कृत्रिम बुद्धिमत्ता

कृत्रिम बुद्धिमत्तेच्या संकल्पनेनं लेखक, कलाकार, चित्रपट निर्माते, दिग्दर्शक अशा सगळ्यांनाच पूर्वीपासून भारावून टाकलं आहे. कल्पनेच्या भराऱ्या मारण्यासाठी हे तंत्रज्ञान खूपच उत्तम आहे. याचं कारण म्हणजे मानवी क्षमतेच्या पलीकडच्या गोष्टी करू शकणारी यंत्रं तसंच माणसासारखा विचार करू शकणारी यंत्रं अशा दोन्ही प्रकारच्या गोष्टींची सांगड घालून त्यावर आधारित असलेल्या संकल्पनांची जुळणी करणं हा अद्‌भुत प्रकार आहे. विज्ञानकथांचा एक भाग म्हणून आपण कृत्रिम बुद्धिमत्तेवर आधारित असलेल्या कथांकडे बघू शकतो. अर्थातच कधी लेखकांनी कृत्रिम बुद्धिमत्तेच्या संकल्पनेमधल्या धोक्यांविषयी लिहिलं आहे; तर कधी त्याच्या फायद्यांचा विचार केलेला आहे.

अगदी एकोणिसाव्या शतकातच या कल्पनेच्या भराऱ्यांना पंख फुटायला सुरुवात झाली. प्रसिद्ध ब्रिटिश लेखक सॅम्युएल बटलर यानं आपल्या १८७२ सालच्या 'एरेव्हॉन' नावाच्या कादंबरीत व्हिक्टोरियन काळाची टिंगल केली होती. हे पुस्तक पहिल्यांदा प्रकाशित झालं, तेव्हा बटलरनं ते निनावीच छापलं होतं. या कादंबरीमधली ३ प्रकरणं 'द बुक ऑफ द मशिन्स' या शीर्षकाची होती. त्यात त्यानं कृत्रिम बुद्धिमत्तेविषयी भाष्य केलं होतं. इतकंच नव्हे तर भविष्यात यंत्रं विचार करण्याच्या

संदर्भात सजीवांपेक्षा खूप वेगानं प्रगती साधतील याविषयी त्याच्या मनात अजिबात शंका नव्हती. त्याच्या या विधानांवरूनच हे स्पष्ट व्हावं :

यंत्रांमध्ये जाणिवा निर्माण होण्याला थोड्याफार प्रमाणात सुरुवात झालेलीच आहे. हे बघता जाणिवा असलेली यंत्रं भविष्यात मोठ्या प्रमाणावर असतील आणि त्यापासून आपल्याला सुटका करून घेता येणार नाही. गेल्या काही शतकांमध्ये सजीवांनी साधलेली प्रगती आणि यंत्रांनी साधलेली प्रगती यांची तुलना करून बघितली तर सजीवांच्या अत्यंत संथ प्रगतीच्या मानानं यंत्रांनी विचार करण्याच्या बाबतीत केलेली प्रगती खूपच वेगवान असल्याचं आपल्याला आढळेल.

एकूणच विज्ञानकथांमध्ये कृत्रिम बुद्धिमत्तेविषयी लिहिताना लेखकांनी कल्पिलेल्या गोष्टी साधारणपणे ३ विभागांपैकी एका विभागातल्या असतात : (१) कृत्रिम बुद्धिमत्तेचं वर्चस्व, (२) मानवाचं कृत्रिम बुद्धिमत्तेवरचं वर्चस्व, (३) कृत्रिम बुद्धिमत्ता आणि निरनिराळ्या प्रकारच्या संवेदना. यातूनच एक तर कृत्रिम बुद्धिमत्तेचा माणसाला उपयोगच होणार आहे अशा प्रकारच्या आशादायी प्रकारचं लिखाण काही वेळा आढळतं. याला 'युटोपिया' असं म्हणतात, तर दुसरीकडे कृत्रिम बुद्धिमत्तेच्या तंत्रज्ञानामुळे माणसाला विनाशाकडे वाटचाल करावी लागणार आहे, असा टोकाच्या निराशेचा सूरही दिसतो. याला 'डिस्टोपिया' असं म्हणतात. याविषयी आपण जरा विस्तारानं बोलू.

कृत्रिम बुद्धिमत्तेचं माणसावर वर्चस्व

जर कृत्रिम बुद्धिमत्तेनं आणि म्हणूनच यंत्रमानवांनी माणसावर आपलं वर्चस्व प्रस्थापित केलं, तर काय होईल, हा अत्यंत रंजक विषय आहे. यामुळे माणूस नष्ट होईल किंवा तो यंत्रांचा गुलाम होईल अशा प्रकारच्या कल्पना विज्ञानकथांमध्ये आढळतात. याचे अनेक उपप्रकार आहेत.

(१) **कृत्रिम बुद्धिमत्तेच्या तंत्रज्ञानाचं बंड :** अशा प्रकारच्या कथांमध्ये मुळात माणसानंच जन्माला घातलेलं कृत्रिम बुद्धिमत्तेचं तंत्रज्ञान हळूहळू माणसाच्या विरोधात बंड पुकारतं. या तंत्रज्ञानाला स्वत:विषयी पुरेशी जाण येते. स्वाभाविकपणे ते माणसाचं वर्चस्व झिडकारून टाकतं. याचं उत्तम उदाहरण म्हणजे **'मास्टर ऑफ द वर्ल्ड'** या चित्रपटात युद्धासाठी म्हणून तयार करण्यात आलेला यंत्रमानव ज्या माणसानं तयार केलेला असतो

त्यालाच ठार करतो. **'टर्मिनेटर'** चित्रपटांच्या मालिकेतसुद्धा असंच काहीसं घडतं. तिथेही यंत्रमानव तयार करणाऱ्या माणसाला आणि एकूण मानवजातीलाच संपुष्टात आणण्यासाठी यंत्रमानव धडपडायला लागतात. याचप्रमाणे प्रचंड गाजलेल्या **'२००१ : अ स्पेस ओडिसी'** या चित्रपटात एका अंतराळ मोहिमेदरम्यान 'हॅल ९०००' या कृत्रिम बुद्धिमत्तेनं समृद्ध असलेल्या संगणकात बिघाड होतो. या बिघाडामुळे हा संगणक या अंतराळ मोहिमेत सामील असलेल्या सगळ्या माणसांना ठार करायला लागतो. फक्त या मोहिमेचा नेता या हल्ल्यातून कसाबसा वाचतो आणि खूप प्रयत्नांनी तो या संगणकाला बंद पाडण्यात यशस्वी ठरतो.

(२) **कृत्रिम बुद्धिमत्तेच्या नियंत्रणाखालचे समाज :** समूळ मानवजात नष्ट करणं हाच कृत्रिम बुद्धिमत्तेच्या तंत्रज्ञानाचा एकमेव हेतू नसेल अशी कल्पना काही विज्ञानलेखक मांडतात. त्याऐवजी माणसावर नियंत्रण ठेवण्यात कदाचित कृत्रिम बुद्धिमत्तेच्या तंत्रज्ञानाला जास्त मजा वाटेल असं त्यांचं म्हणणं आहे. यातला एक महत्त्वाचा मुद्दा म्हणजे कदाचित माणूस स्वत:च आपल्या घातक आणि विनाशी स्वभावाला जाणून स्वत:हूनच आपलं नियंत्रण काही प्रमाणात कृत्रिम बुद्धिमत्तेच्या तंत्रज्ञानाकडे सोपवेल का? १९५१ मधील **'द डे द अर्थ स्टूड स्टिल'** या चित्रपटात यंत्रमानवी पोलिसांची एक यंत्रणा उभी केली

१९५१ मधील **'द डे द अर्थ स्टूड स्टिल'** या चित्रपटात यंत्रमानवी पोलिसांची एक यंत्रणा उभी केली जाते. कुठल्याही माणसानं किंवा माणसांच्या समूहानं परग्रहांच्या बाबतीत अतिआक्रमक धोरण स्वीकारायला सुरुवात केली तर त्या सगळ्यांना नष्ट करण्याची जबाबदारी या यंत्रमानवी पोलिसांकडे असते. साहजिकच वेगवेगळ्या परग्रहांवरच्या माणसामाणसांमध्ये युद्ध होण्याची शक्यता मावळते.

जाते. कुठल्याही माणसानं किंवा माणसांच्या समूहानं परग्रहांच्या बाबतीत अतिआक्रमक धोरण स्वीकारायला सुरुवात केली तर त्या सगळ्यांना नष्ट करण्याची जबाबदारी या यंत्रमानवी पोलिसांकडे असते. साहजिकच वेगवेगळ्या परग्रहांवरच्या माणसामाणसांमध्ये युद्ध होण्याची शक्यता मावळते. अर्थातच आपापल्या ग्रहावर काय करायचं, हे माणसं ठरवू शकतात. **'कोलोसस : द फॉर्बिन प्रॉजेक्ट'** नावाच्या विज्ञानकथेत अमेरिका आणि तिची मित्रराष्ट्रं या सगळ्यांच्या अण्वस्त्रांची जबाबदारी यंत्रमानवांवर सोपवली जाते. ही अण्वस्त्रं सुरक्षितपणे ठेवलेली असतात. तसंच त्यांचा वापर करण्याचे हक्क फक्त यंत्रमानवांकडे असतात. जर माणसांनी युद्ध सुरू केलंच तर ते थांबवण्यासाठी ही अण्वस्त्रं यंत्रमानव वापरू शकतात.

माणसाचं कृत्रिम बुद्धिमत्तेवर वर्चस्व

काही विज्ञानलेखकांनी माणूसच कृत्रिम बुद्धिमत्तेच्या तंत्रज्ञानाला भारी पडणार असं गृहीत धरून लिखाण केलेलं आढळतं. याच्याही अनेक छटा आढळतात. मुळात कृत्रिम बुद्धिमत्तेच्या तंत्रज्ञानानं मानवी बुद्धिमत्तेवर भारी पडू नये अशाच प्रकारे या तंत्रज्ञानाची रचना केलेली असेल असं काही लेखक म्हणतात. काही जण कृत्रिम बुद्धिमत्तेच्या तंत्रज्ञानाला एकदम कोरडं म्हणजेच भावनाहीन बनवावं असं म्हणतात. साहजिकच माणूस भावनिक होऊन या तंत्रज्ञानाच्या आहारी जाणार नाही असा त्यांचा हेतू असतो. यातला एक गंमतशीर प्रकार म्हणजे माणूस आणि यंत्रमानव हे एकरूप झाले तर? अशा वेळी त्यांच्यामधले फरकच जवळपास नष्ट होतील आणि माणसानं कृत्रिम बुद्धिमत्तेवर किंवा कृत्रिम बुद्धिमत्तेनं माणसावर मात करण्याचा प्रश्नच निर्माण होणार नाही! यामधल्या काही उल्लेखनीय गोष्टी अशा :

(१) **कृत्रिम बुद्धिमत्तेवर बंदी किंवा मर्यादा घालणं :** कृत्रिम बुद्धिमत्तेच्या तंत्रज्ञानानं उठाव केल्यामुळे किंवा माणसावर भारी पडण्यासंबंधीची कृती केल्यामुळे माणसानं या तंत्रज्ञानावर बंदी घालणं किंवा तिचा प्रभाव सीमित करून टाकणं या गोष्टींविषयी विज्ञानलेखकांनी कल्पना केल्या आहेत. फ्रँक हर्बर्टनं बुद्धिमान यंत्रांच्या 'अतिहुशारी'मुळे मानवजातीनं या यंत्रांवर पूर्ण बंदी घातली असल्याची कल्पना केली आहे. यंत्रं हळूहळू खूप हुशार होत माणसावर भारी पडायला लागल्यावर माणूस उठाव करतो आणि या उठावात यंत्रांना पराभूत करतो. या प्रसंगाची पुनरावृत्ती होऊ नये म्हणून

अशा प्रकारची यंत्रं तयार करण्यावरच माणूस बंदी घालून टाकतो. तसंच हे एका काल्पनिक बायबलमध्ये लिहिलेलं असतं अशी कल्पनाही हर्बर्टनं केली आहे. **'स्टार ट्रेक : द नेक्स्ट जनरेशन'** या मालिकेमधल्या 'स्पार्टाकस' नावाच्या पुस्तकात व्हेम्ला नावाच्या एका परग्रहावर माणसं भावना, वैयक्तिक आयुष्याची जाण आणि नात्यागोत्यांची जाण असलेले यंत्रमानव तयार करतात. खरं म्हणजे हा यंत्रमानवांचा एकजिनसी समूहच असतो. हे यंत्रमानव लवकरच माणसांवर उलटतात. माणसं आणि यंत्रमानव यांच्यात युद्ध होतं. ४०० यंत्रमानव सोडून इतर यंत्रमानवांना नष्ट करण्यात माणसांना यश लाभतं. पळून गेलेले ४०० यंत्रमानव माणसांनी त्यांना दिलेलं 'अँड्रॉईड'चे नाव झिडकारून टाकतात आणि स्वत:ला 'स्पार्टाकन' म्हणवून घेतात.

(२) **मानवाच्या भल्यासाठी कृत्रिम बुद्धिमत्तेचा वापर :** या कथांमध्ये यंत्रमानवांचा वापर मानवाच्या भल्यासाठी केला जातो. म्हणजेच माणूस आणि यंत्रमानव यांच्यात चढाओढ जवळपास होतच नाही. उलट यंत्रमानव माणसाचं वर्चस्व स्वीकारतात. **'फॉर्बिडन प्लॅनेट'** या कथेमध्ये रॉबी नावाचा यंत्रमानव असतो. त्याला माणसांवर हल्ला करण्याचा आदेश मिळूनसुद्धा तो आदेश अमलात आणण्याची क्षमता रॉबीमध्ये नसते. **'द जेट्सन्स'** नावाच्या कथेमध्ये रोझी नावाची महिला यंत्रमानव असते. ती सगळं घरकाम करते. शिवाय विनोदाचा शिडकावा करण्याच्या हेतूनं ती खूप बडबडही करते. कित्येकदा तिचं मत न मागतासुद्धा ती विनाकारणच अनाहूत सल्ले देत राहते. असं असूनही ती कधीच घरच्या मंडळींना दुय्यम लेखणं किंवा त्यांच्यावर मात करणं अशा प्रकारच्या गोष्टी करत नाही. २०१३-१४ च्या 'ऑलमोस्ट ह्यूमन' नावाच्या अमेरिकी टीव्ही मालिकेत २०४८ वर्ष कल्पिलेले आहे. त्यात नेहमीच्या मानवी पोलिस दलाबरोबरच यंत्रमानवी पोलिसांचेही एक दल असते. हे यंत्रमानवी पोलिस अत्यंत भावनाशून्य आणि कर्तव्यकठोर असतात. फक्त तर्कबुद्धीला पटतील अशाच गोष्टी ते करतात. एका वेगळ्या प्रकारचे यंत्रमानवी दल मात्र मानवीच वाटते. त्याच्या शरीरात कृत्रिम हृदयही बसवलेलं असतं. साहजिकच ते

माणसांशी बऱ्यापैकी संवाद साधू शकते. माणसांना सुरक्षित ठेवण्यासाठीचं सॉफ्टवेअर त्याच्यामध्ये बसवलेलं असतं. २०१३ च्या गाजलेल्या **'हर'** नावाच्या चित्रपटात एका संगणकामधली ऑपरेटिंग सिस्टिम कृत्रिम बुद्धिमत्तेवर आधारलेली असते. ती एकट्या पडलेल्या पुरुषाच्या प्रेमात पडते आणि हळूहळू ते दोघं मानवी जोडीप्रमाणेच वागायला लागतात.

माणूस आणि कृत्रिम बुद्धिमत्ता यांचं एकत्रीकरण

१९८५ च्या 'डेरिल' नावाच्या चित्रपटात एका तरुण मुलाच्या मेंदूच्या ठिकाणी संगणक बसवला जातो. तसंच २०१४ च्या **'कॅप्टन अमेरिका : द विंटर सोल्जर'** या चित्रपटात अर्निम झोला नावाचा एक शास्त्रज्ञ असतो. त्याला दुर्धर आजार जडल्यामुळे त्याचं अस्तित्व एका संगणकामध्ये भरलं जातं. त्यामुळे झोलाच्या मृत्यूनंतरही त्याचं काम सुरू राहू शकेल अशी कल्पना पटकथा लेखकानं केली आहे. नील ॲशर नावाच्या लेखकानंही माणूस आणि यंत्रमानव यांच्या सहकार्यावर आधारित कथा रचल्या आहेत.

गाजलेले हॉलिवुड चित्रपट आणि कृत्रिम बुद्धिमत्ता

कृत्रिम बुद्धिमत्तेची संकल्पना अनेक हॉलिवुड चित्रपटांमध्ये वापरलेली आहे. त्यापैकी ५ चित्रपटांविषयी आपण थोडक्यात बोलू. त्यावरून हॉलिवुड निर्मात्यांची कल्पकता आणि कृत्रिम बुद्धिमत्तेचं तंत्रज्ञान यांचा मिलाफ कशाप्रकारे झालेला आहे, याची आपल्याला थोडीफार कल्पना येईल.

(१) **ब्लेड रनर :** १९८२ मध्ये रिडली स्कॉटनं हा चित्रपट काढला. कृत्रिम बुद्धिमत्तेच्या संकल्पनेविषयी अत्यंत निराशाजनक भाष्य हा चित्रपट करतो. या चित्रपटात सातत्यानं अंधार किंवा काळवंडलेली दृश्यं दिसतात. भीती आणि निराशा यांचं मिश्रण त्यात आढळतं. चित्रपटाच्या कथेनुसार पृथ्वीबाहेरचं अत्यंत कठीण शारीरिक काम करण्यासाठी तयार करण्यात

आलेले यंत्रमानव पृथ्वीवर अवतरतात. या यंत्रमानवांमध्ये इच्छा, हुशारी, चतुराई अशा सगळ्या गोष्टी माणसांसारख्याच असतात. आपल्या मूळ सूचनांनुसार काम न करता त्यात सुधारणा करण्याची त्यांची इच्छा असते. तसंच

टिकाव धरण्याची क्षमता निर्माण करण्याकडेही त्यांचा कल असतो. त्यांच्या भीतीमुळे माणसांना हे यंत्रमानव नष्ट करायचे असतात. चित्रपटात माणूस आणि यंत्रमानव यांच्यामधला संघर्ष सातत्यानं दाखवला आहे. अर्थातच हा 'ॲक्शनपट' आहे.

(२) **हर : 'ब्लेड रनर'** हा कृत्रिम बुद्धिमत्तेच्या शक्यतांविषयी भीती व्यक्त करणारा चित्रपट आहे; तर 'हर' हा चित्रपट कृत्रिम बुद्धिमत्तेच्या तंत्रज्ञानाच्या भावनिक आणि शारीरिक गुंतागुंतीविषयी भाष्य करणारा चित्रपट आहे. या चित्रपटात थिओडोर नावाचा आपल्या वयाच्या तिशीत असलेला एकाकी माणूस असतो. अलीकडेच आपल्या पत्नीपासून फारकत घेतलेल्या थिओडोरचं नोकरीच्या ठिकाणाचं काम लोकांना भावनिक पत्रं लिहिण्याचं असतं. तेवढ्यात त्याच्या घरच्या संगणकावरची ऑपरेटिंग सिस्टिम कृत्रिम बुद्धिमत्तेचा साज घेऊन आल्याचं त्याला समजतं. ही ऑपरेटिंग सिस्टिम आता त्याची प्रेयसीच बनते. त्याच्या सगळ्या भावना ती समजून घेते. थिओडोर तिच्यामध्ये गुंतत जातो. या ऑपरेटिंग सिस्टिमला प्रसिद्ध अभिनेत्री स्कार्लेट जॉन्सनचा अत्यंत प्रभावी आवाज दिला आहे. थिओडोर आता पूर्णपणे या ऑपरेटिंग सिस्टिमच्या प्रेमात पडलेला असला तरी ही ऑपरेटिंग सिस्टिम कृत्रिम बुद्धिमत्तेच्या संकल्पनेवर आधारित असल्यामुळे ती सतत स्वतःला आणखी सुधारत राहते आणि एके दिवशी थिओडोरला मागे टाकून पुढे जाते. थिओडोर पुन्हा एकाकी होतो. या चित्रपटामधली भीती कृत्रिम बुद्धिमत्तेविषयीची किंवा यंत्रमानवांविषयीची नसून एकटेपणाविषयीची असल्याचं प्रेक्षकाला जाणवतं.

(३) **अंडर द स्किन :** जोनाथन ग्लेझरचा हा चित्रपट अत्यंत गाजला. अत्यंत चतुराईनं त्याची कथा आपल्यासमोर पेश केली जाते. शांतपणे चित्रपट पुढे सरकत राहतो; पण अधूनमधून जोरदार धक्के देत राहतो. यातली कृत्रिम बुद्धिमत्ता मानवी किंवा यंत्रमानवी स्वरूपातली नाही. ती बाह्य प्रकारची

आहे. यातही स्कार्लेट जॉन्सन आहे. फरक असा; की 'हर' चित्रपटात फक्त तिचा आवाज आहे. इथे मात्र ती स्वत: पडद्यावर दिसते. स्कार्लेट जॉन्सन परग्रहावरचा एक जीव असते. तिला कुणीतरी परग्रही शक्ती स्कॉटलंडच्या एका रस्त्यावर आणून सोडते. पुरुषांना जाळ्यात ओढायचं आणि त्यांचा इंधन म्हणून वापर करायचा हे तिचं काम असतं. अत्यंत चतुराईनं ती विनापाश पुरुषांना आपल्या जाळ्यात ओढते. यात मानवी आणि त्यातही खास करून पुरुषी स्वभावामधला स्खलनाचा भाव चित्रपटानं अत्यंत बारकाईनं रंगवला आहे. प्रत्येक पुरुषामधले कच्चे दुवे आपल्याला जाणवतात. तसंच स्कार्लेट जॉन्सनही हळूहळू आणखी प्रगल्भ होत जाताना दिसते. चित्रपटाच्या मध्यावर तिला आपण करत असलेल्या कृत्याचा पश्चात्ताप व्हायला लागतो. आता ती आत्मशोधात बुडून जाते.

(४) एक्स मशिन : मैत्री, विश्वास, शारीरिक संबंधांची ओढ आणि प्रेम या गोष्टींचा माणसाला असलेला ध्यास हा या चित्रपटाचा गाभा आहे. ३ पात्रांदरम्यान मोजक्या ठिकाणी घडत असलेल्या प्रसंगांमधून हा चित्रपट उलगडत जातो. विश्वासाच्या संकल्पनेचं बोट पकडून हा चित्रपट रहस्यपटाचं रूप धारण करतो. माणूस आणि यंत्रमानव यांच्यामधली दरी या चित्रपटात अगदी स्पष्टपणे आपल्यासमोर येते. एका सॉफ्टवेअर कंपनीत कनिष्ठ पातळीवर काम करत असलेल्या सेलेब नावाच्या एका कर्मचाऱ्याला चांगल्या कामाचं बक्षीस म्हणून एक आठवडा आपल्या कंपनीच्या संस्थापकाबरोबर त्याच्या आलिशान घरात राहायला मिळतं. तिथे गेल्यावर आपल्या नेथन या साहेबाच्या अवा नावाच्या नव्या यंत्रमानवासंबंधीच्या प्रकल्पामध्ये आपल्याला सामील करण्यात आल्याचं त्याला समजतं. नेथन हा वरकरणी सुस्वभावी वाटत असला तरी अत्यंत स्वकेंद्री असतो. सेलेबशी तो दोस्तासारखा वागायला लागतो. नेथन सतत सेलेब आणि अवा यांच्यावर नजर ठेवून असतो. अवा ही एखाद्या तरुणीसारखीच दिसते आणि विचार करत असते. सेलेब तिच्याकडे आकर्षित होतो. चित्रपट असा पुढे सरकत असताना अचानक वीज गायब होते. त्यामुळे अवावर आता कुणाची नजर नसते. ही संधी साधून सेलेबला आता धोका उत्पन्न झाल्याचं अवा म्हणते. अशा परिस्थितीत आपल्या आक्रमक आणि एककल्ली मानवी साहेबावर विश्वास ठेवायचा

की, अवा जे म्हणते आहे त्यावर विश्वास ठेवायचा, अशा दुहेरी कोंडीत सेलेब सापडतो.

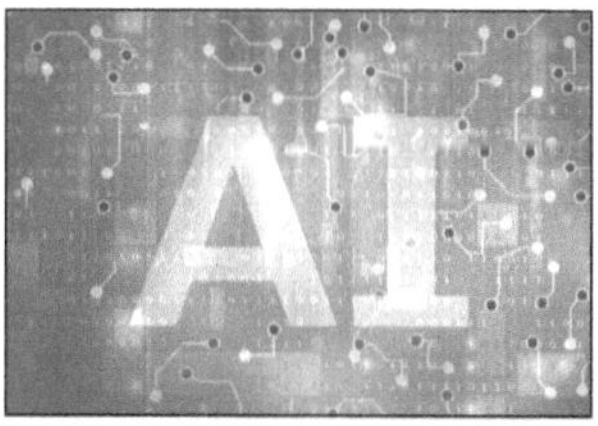

(५) एआय : स्टीव्हन स्पीलबर्गचा हा चित्रपट पाहणं सोपं नाही. एका १० वर्षं वयाच्या मुलासारखा यंत्रमानव आपल्या मानवी आईशी स्नेहपूर्ण संबंध प्रस्थापित करण्याचा प्रयत्न करत असतो. एकीकडे तो खरोखर त्या १० वर्षीय मुलासारखा आपल्या आईवर जीव लावायचा प्रयत्न करत असतो; तर दुसरीकडे शेवटी ते यंत्र असल्यामुळे त्याच्या मूळ यांत्रिक प्रेरणा सातत्यानं जाग्या होत राहतात. साहजिकच भावना विसरून तो क्रूर आणि अत्यंत निर्दयीसुद्धा बनू शकतो. माणूस आणि यंत्रमानव यांच्यामधला हा फरक स्पीलबर्गनं आपल्या खास शैलीत सादर केला आहे. या भीतीपोटीच त्याची आई त्याला दूर करते. हा यंत्रमानव आता सैरभैर होतो. आपल्या प्रवासादरम्यान तो यंत्रमानव नष्ट करणाऱ्या एका गटाच्या हाती लागतो. त्यांच्या तावडीतून तो वाचतो का आणि त्याचं पुढे काय होतं, हे नाट्य चित्रपटानं सादर केलं आहे.

●●●

१०. मानवविरहित बँकिंग

'मानवविरहित बँकिंग'ची संकल्पना तर चक्रावून सोडणारी आहे. कृत्रिम बुद्धिमत्ता या संकल्पनेचा त्यात मोठ्या प्रमाणावर वापर केला जातो. पुढच्या पाच वर्षांमध्ये बहुतेक सगळ्या बँकांमध्ये या तंत्रज्ञानामुळे बँक कर्मचारी अपवादानंच दिसायला लागतील. बँकेचे व्यवहार करत असताना बँकेमध्ये कर्मचारी असण्याची गरजही असणार नाही. आपण अगदी सहजपणे एटीएम यंत्रणा जशी स्वीकारली तसंच प्रत्यक्ष बँकेच्या शाखेतसुद्धा कर्मचारी नसण्याची किंवा अगदी एखादाच कर्मचारी असण्याची सवय आपल्याला करून घ्यावी लागणार आहे हे नक्की!

इतकी वर्षं आपल्या देशात 'बँक' हा शब्द ऐकला की, लगेचच एक ठरावीक प्रकारची रचना असलेली इमारत आपल्या नजरेसमोर इमारत उभी राहत असे. त्या इमारतीत अनेक विभाग, त्यामधल्या प्रत्येक विभागामध्ये कामकाज सांभाळणारे कर्मचारी, आपापली कामं करण्यासाठी आलेले आणि बऱ्यापैकी निवांत असलेले ग्राहक, वेगवेगळ्या व्यवहारांसाठी लागणारे फॉर्म्स तसंच कागदी स्लिप्स अशा गोष्टींचे रकाने हे सगळं आपल्याला आठवत असेलच. बँकांच्या आधुनिकीकरणाबरोबरच यामधल्या काही गोष्टी बदलल्या. कर्मचाऱ्यांच्या समोर संगणक आले. पासबुकं हातानं अद्ययावत करण्याऐवजी ती संगणकांना जोडलेल्या प्रिंटर्सद्वारे अपडेट करण्याचा प्रघात पडला. बँकेमधले कर्मचारी आणि बँकेत येणारे ग्राहक यांच्यामधला निवांतपणे होत असलेला संवाद बऱ्यापैकी कमी झाला. पूर्वी बँकेत जाणं हा एक छोटा सोहळाच

असे. लोक खास वेळ काढून आरामात बँकेत जात. कर्मचारीही ग्राहकांबरोबर ऐसपैस गप्पा मारण्यासाठी उत्सुक असत. आता हा काळ मागे पडला.

आता तर आपल्या बँकांचे व्यवहार करण्यासाठी बँकेमध्ये जाण्याची गरजच अनेकदा पडत नाही. एटीएमचा वापर करून पैसे काढणं, बँकेच्या खात्यामधली शिल्लक रक्कम किती आहे हे तपासणं अशा गोष्टी सहजपणे करता येतात. तसंच इंटरनेट किंवा स्मार्टफोन वापरून इतर असंख्य व्यवहार करता येतात. यामुळे बँकेच्या शाखेत जाण्याचा प्रकार मागे पडत चालला आहे. बँकांनाही अर्थातच हेच हवं आहे. याचं कारण म्हणजे बँकेच्या शाखांसाठीची जागा विकत किंवा भाड्यानं घेणं, तिथे कर्मचारी नेमणं, वीज, एसी यांच्यासारख्या गोष्टींवर पैसे खर्च करणं हे सगळं टळतं. साहजिकच जास्तीत जास्त कर्मचाऱ्यांनी आपले व्यवहार एटीएम किंवा नेट बँकिंग यांच्याद्वारे करावेत यासाठी बँका प्रयत्नशील असतात. आता तर एचडीएफसी बँकेनं आपल्या खातेदारांनी एका महिन्यात ठरावीक रकमेपेक्षा जास्त रक्कम आपल्या खात्यातून काढली तर त्यावर दंड आकारण्याची टूम काढली आहे!

या पार्श्वभूमीवर 'मानवविरहित बँकिंग'ची संकल्पना तर आपल्याला चक्रावून सोडेल अशीच आहे. यंत्रमानव म्हणजेच कृत्रिम बुद्धिमत्ता (आर्टिफिशियल इंटेलिजन्स) या संकल्पनेचा त्यात मोठ्या प्रमाणावर वापर केला जातो. पुढच्या पाच वर्षांमध्ये बहुतेक सगळ्या बँकांमध्ये या तंत्रज्ञानामुळे बँक कर्मचारी अपवादानंच दिसायला लागतील. जशी काही मोठ्या सुपरस्टोअर्समध्ये 'एक्स्प्रेस चेकआउट'ची सोय असते; म्हणजेच ज्यांना पटापट एकदोन वस्तूंचीच खरेदी करून बाहेर पडायचं असतं, अशांसारख्या लोकांना आपले बँकांचे व्यवहार झटपट करता यावेत यासाठीची सोय बँकांमध्येही असेल. महत्त्वाची गोष्ट म्हणजे

> 'मानवविरहित बँकिंग'ची संकल्पना तर आपल्याला चक्रावून सोडेल अशीच आहे. यंत्रमानव म्हणजेच कृत्रिम बुद्धिमत्ता (आर्टिफिशियल इंटेलिजन्स) या संकल्पनेचा त्यात मोठ्या प्रमाणावर वापर केला जातो. पुढच्या पाच वर्षांमध्ये बहुतेक सगळ्या बँकांमध्ये या तंत्रज्ञानामुळे बँक कर्मचारी अपवादानंच दिसायला लागतील. जशी काही मोठ्या सुपरस्टोअर्समध्ये 'एक्स्प्रेस चेकआउट'ची सोय असते; म्हणजेच ज्यांना पटापट एकदोन वस्तूंचीच खरेदी करून बाहेर पडायचं असतं, अशांसारख्या लोकांना आपले बँकांचे व्यवहार झटपट करता यावेत यासाठीची सोय बँकांमध्येही असेल. महत्त्वाची गोष्ट म्हणजे असे व्यवहार करत असताना बँकेमध्ये कर्मचारी असण्याची गरजही असणार नाही.

असे व्यवहार करत असताना बँकेमध्ये कर्मचारी असण्याची गरजही असणार नाही. हे अशक्य आहे असं आपल्याला कदाचित वाटेल; पण एटीएममध्ये कुठे बँक कर्मचारी असतो? एटीएम आता आपण सर्रास वापरतोच की. काही वर्षांपूर्वी अशा प्रकारची यंत्रणा अस्तित्वात येईल आणि फक्त एका यंत्राशी संवाद साधून आपण पैसे काढू शकू, असं आपल्याला कुणी सांगितलं असतं तर आपण त्याला वेड्यात काढलंच असतं हे या प्रसंगी लक्षात घेतलं पाहिजे. जसं आपण अगदी सहजपणे एटीएम यंत्रणा स्वीकारली आणि तिचा वापर आरामात करायला लागलो तसंच प्रत्यक्ष बँकेच्या शाखेतसुद्धा कर्मचारी नसण्याची किंवा अगदी एखादाच कर्मचारी असण्याची सवय आपल्याला करून घ्यावी लागणार आहे हे नक्की!

इंग्लंडमध्ये अशा प्रकारच्या मानवविरहित बँकांची चाचणी घेण्याची सुरुवात झाली आहे. अर्थातच याचा परिणाम बँक कर्मचाऱ्यांच्या कपातीमध्ये होणार हे नक्की असल्यामुळे तंत्रज्ञानामधल्या प्रगतीचा दुष्परिणाम माणसाला सोसावा लागणार हे उघडच आहे. ही चाचणी यशस्वी ठरली तर त्यानंतर इतर अनेक बँकांमध्ये अशा प्रकारचं तंत्रज्ञान वेगानं वापरलं जाईल यात शंका नाही. प्रत्येक बँकेला आपल्या खर्चामध्ये शक्य तितकी बचत करणं ही काळाची गरज आहे. बँकांचे शेअरधारक अन्यथा आपल्याकडचे शेअर्स विकून टाकतात. हा धोका टाळण्यासाठी प्रत्येक बँक अनावश्यक खर्च टाळण्यासाठी धडपडत असते. आधुनिक तंत्रज्ञानाचा वापर करून कर्मचाऱ्यांच्या संख्येत कपात करणं हा बँकांच्या दृष्टीनं अतिशय चांगला मार्ग असतो. अर्थातच कर्मचाऱ्यांच्या दृष्टीनं ही अत्यंत खराब आणि दुर्दैवी बातमी असली तरी काळाच्या या रेट्याला थांबवून धरणं कुणालाच शक्य होणार नाही हे कटू सत्य आहे.

आता या मानवविरहित बँकेचं कामकाज चालणार तरी कसं? यासाठी जसं एटीएमच्या स्क्रीनवर आपल्यासमोर निरनिराळे पर्याय दिसतात तसंच इथे घडेल. यात अगदी नवं खातं उघडण्यापासून कर्ज मिळण्यापर्यंतच्या सगळ्या सोयी असतील. उदाहरणार्थ, आपल्याला आपलं खातं या बँकेत नव्यानं उघडायचं असेल तर त्यासाठी स्क्रीनवर पर्याय दिसेल. तो पर्याय निवडल्यानंतर बँक आपल्याला आपलं पॅनकार्ड, आधारकार्ड यांच्यासारखे तपशील भरायला सांगेल. आपली सही करणं, आपल्या हाताच्या अंगठ्याचा ठसा उमटवणं यासारख्या गोष्टी स्क्रीनवरच करता येतील. त्यांची आपोआप छाननी केली जाईल. आपण दिली असलेली माहिती अचूक आहे असं बँकेच्या सॉफ्टवेअरला वाटलं तर स्क्रीनवर आपलं खातं उघडण्यासाठीची प्रक्रिया पूर्णत्वाला गेलेली असल्याचा संदेश येईल.

आपल्या नव्या खात्याचा क्रमांक आपल्याला दाखवला जाईल. त्यात आपल्याला तिथेच पैसेही भरता येतील! जर यात काही चूक झाली तरच आपण भरलेले तपशील तपासण्यासाठी एखाद्या कर्मचाऱ्याकडे ते सॉफ्टवेअर आपोआप पाठवेल. हे घडेपर्यंत आपल्याला कदाचित काही मिनिटं वाट बघावी लागेल. म्हणजेच बहुतेक सगळे व्यवहार स्क्रीन आणि स्क्रीनमागचं सॉफ्टवेअर हेच करतील. अपवादानंच बँक कर्मचाऱ्याची गरज पडेल. तसंच आपल्याला बँकेचं वातावरण अगदीच कृत्रिम वाटू नये यासाठी बँकेच्या शाखेत आपलं स्वागत करायला, आपल्याशी थोड्या गप्पाटप्पा करायला यंत्रमानवही असतील! ते आपली ख्यालीखुशाली विचारतील. हे यंत्रमानव अजिबातच निर्बुद्ध नसतील. आपण जर या बँकेचे आधीपासूनचे खातेधारक असलो तर आपल्याविषयीची सगळी माहिती त्यांच्याकडे असेल. त्याला अनुसरून ते आपल्याशी गप्पा मारतील; इतकंच नव्हे तर आपलं काम काय आहे हे 'ऐकून' ते आपल्याला मदतही करतील.

याच्याच जोडीला एटीएमची संकल्पनाही आणखी आधुनिक स्वरूप धारण करेल. मॅकडॉनल्ड्ससारख्या फास्ट फूड चेन्सच्या बाहेर 'ड्राईव्ह थ्रू काउंटर' असतो तसे काउंटर्स बँकेच्या शाखेच्या बाहेर असतील. घाईत असलेल्या माणसाला मॅकडॉनल्ड्सच्या दुकानात न शिरता बाहेर गाडी थांबवूनच बाहेरच्या बाहेर त्या काउंटरवरून खाद्यपदार्थ विकत घेता यावेत, अशी सोय असते. तशी सोय आता बँक आर्थिक व्यवहारांसाठी करून देईल. त्यानुसार आपण घरून निघताना आपल्या फोनवरून बँकेकडे रोख रक्कम आपल्या खात्यातून काढण्यासाठीचा संदेश पाठवून देऊ. त्यानंतर आपण आपल्या बँकेच्या जवळच्या शाखेपर्यंत पोहोचलो की त्या शाखेबाहेरच्या काउंटरमधल्या एटीएम यंत्रावर एक खास कोड टाईप केला की आपल्याला बाहेरच्या बाहेर पैसे काढता येतील. सगळ्या बँकांच्या यंत्रणा एकमेकांना जोडल्या गेल्या असल्यामुळे फक्त आपल्याच बँकेच्या नव्हे तर जवळच्या कुठल्याही बँकेच्या बाहेरच्या काउंटरवरून हे व्यवहार करता येतील. यामुळे बँकांच्या शाखा ठरावीक वेळच खुल्या ठेवण्याचं बंधन संपुष्टात येईल. अगदी पहाटे पाचलाच अशी शाखा उघडून जवळपास मध्यरात्रीपर्यंत ती सुरू राहू शकेल. सुरक्षिततेचा प्रश्न नसला तर अशी शाखा आठवड्याचे सातही दिवस दिवसाचे चोवीस तास सुरू राहू शकेल!

अर्थातच वृद्ध, अपंग, निरक्षर लोकांच्या दृष्टीनं हा प्रकार अत्यंत त्रासदायक ठरू शकेल. भारतासारख्या ग्रामीणबहुल देशामध्ये तर ही मोठी डोकेदुखीच ठरू शकेल. तरीसुद्धा शहरं आणि निम्नशहरं या ठिकाणी मोठ्या प्रमाणावर अशा

प्रकारच्या बँका उभ्या राहतील यात शंका नाही. सिटीबँक आणि स्टेट बँक यांनी भारतात अशा प्रकारच्या शाखा उभ्या करण्यासाठीची पूर्वतयारी सुरू केल्याच्या बातम्या काही काळापूर्वी आल्या. त्यापाठोपाठ एचडीएफसी, आयसीआयसीआय यांसारख्या बँकांनीसुद्धा वेगानं या मानवविरहित बँकांच्या संकल्पनेला मूर्त रूप देण्यासाठी सुरुवातीला आपल्या शाखांमध्ये यंत्रमानव उभे करण्याचं काम हाती घेतलं असल्याचं वृत्त आलं आहे. काही महिन्यांमध्येच आपल्याला आपल्या बँकेच्या शाखेत आपलं स्वागत करणारा यंत्रमानव दिसला तर आश्चर्य वाटायला नको!

मुळात खरोखरच आपण रोखीच्या व्यवहारांकडून जास्तीत जास्त प्रमाणात कॅशलेस व्यवहारांकडे वळणार असू तर आपोआपच बव्हंशी आर्थिक व्यवहारांसाठी आपल्याला कुठल्या मानवी हस्तक्षेपाची गरज उरणार नाही. साहजिकच मानवविरहित बँकिंगची सुविधा या कॅशलेस जगाच्या दृष्टीनं अत्यंत आदर्श आहे.

'यंत्र आणि तंत्रज्ञान हे माणसासाठी; की माणूस त्यांच्यासाठी?' हा अत्यंत कळीचा मुद्दा या निमित्तानं पुन्हा एकदा प्रकर्षानं चर्चेला येणार हे नक्की!

●●●

११. कृत्रिम बुद्धिमत्ता आणि आधुनिक तंत्रज्ञान

ॲमॅझॉन, ॲपल, गुगल अशा कंपन्यांनी आपलं बोलणं समजून घेऊन त्याचा अर्थ लावण्याचा प्रयत्न करणाऱ्या ॲपल सिरी, ॲमॅझॉन ॲलेक्सा, गुगल होम अशा उपकरणांचा शोध लावला असून ही उपकरणं आता अनेक घरांमध्ये वापरली जातात. आपण दिलेल्या काही सूचना त्यांना समजतात आणि त्यानुसार ही उपकरणं काम करतात. हळूहळू त्यांच्यामध्ये अधिकाधिक सुधारणा होत जातील आणि साहजिकच त्यांची कामगिरी अजूनच सुधारेल. सेवा, तंत्रज्ञान आणि संरक्षणासारख्या विविध क्षेत्रांत कृत्रिम बुद्धिमत्ता कशी साह्यभूत होणार आहे, याचा घेतलेला वेध.

'नॅरेटिव्ह सायन्स' नावाच्या संस्थेनं केलेल्या एका सर्वेक्षणात २०१६ मध्ये ३८ टक्के कंपन्या आपल्या कामकाजात कृत्रिम बुद्धिमत्तेच्या तंत्रज्ञानाचा वापर करत असल्याचं आढळून आलं. हेच प्रमाण २०१८ मध्ये ६२ टक्क्यांवर जाईल, असं हे सर्वेक्षण तेव्हा म्हणालं होतं. त्याची पडताळणी करण्यात आली का, याची कल्पना नाही; पण सारांश म्हणजे एकूणच कृत्रिम बुद्धिमत्तेचा आवाका सगळ्याच क्षेत्रांना आपल्या कवेत घेणार असं सगळेच जण म्हणायला लागले आहेत. प्रसिद्ध 'आयडीसी' कंपनीचं सर्वेक्षण याला दुजोरा देतं. २०१६ मध्ये कृत्रिम बुद्धिमत्तेशी संबंधित असलेले जागतिक पातळीवरचे व्यवहार ८०० कोटी डॉलर्स होते; तर २०२० मध्ये हा आकडा ४,७०० कोटी डॉलर्सचा असेल असं आयडीसी म्हणते.

कृत्रिम बुद्धिमत्तेचे इतर तंत्रज्ञानांवर नक्की कोणत्या प्रकारचे परिणाम होताना दिसतात? तसंच नजीकच्या भविष्यात या तंत्रज्ञानांमध्ये काय घडामोडी घडू शकतात? याच मुद्द्यांचा आपण विचार करू :

बोलण्याचा अर्थ लावणं आणि माणसासारखी भाषा वापरणं

आपलं बोलणं समजून घेण्याला कृत्रिम बुद्धिमत्तेच्या भाषेत 'स्पीच रेकग्निशन' असं म्हणतात; तर संगणकानं पुरवलेल्या माहितीचं रूपांतर आपल्याला म्हणजेच माणसांना समजेल अशा भाषेत करण्याला 'नॅचरल लँग्वेज जनरेशन' असं म्हणतात.

ॲमॅझॉन, ॲपल, गुगल यांच्यासारख्या कंपन्यांनी आपलं बोलणं समजून घेऊन त्याचा अर्थ लावण्याचा प्रयत्न करणाऱ्या उपकरणांची निर्मिती केली आहे. ॲपल सिरी, ॲमॅझॉन ॲलेक्सा, गुगल होम ही उपकरणं आता अनेक घरांमध्ये वापरली जातात. आपण दिलेल्या काही सूचना त्यांना समजतात आणि त्यानुसार ही उपकरणं काम करतात. हळूहळू त्यांच्यामध्ये अधिकाधिक सुधारणा होत जातील आणि साहजिकच त्यांची कामगिरी अजूनच सुधारेल. आता माणसाचं बोलणं समजून त्याचा अर्थ लावणं हे काम फक्त या प्रकारची उपकरणंच करतील असं नाही. उलट जास्तीत जास्त प्रमाणात माणसाचं बोलणं यंत्रांना समजावं यासाठी प्रयत्न सुरू आहेत. यामुळे अनेक कामं पटापट होऊ शकतील; तसंच अशा कामासाठी लागणारं मनुष्यबळ इतरत्र वापरता येईल असा अंदाज आहे. याचं सोपं उदाहरण म्हणजे समजा आपल्याला आपल्या बँक खात्यामधली शिल्लक रक्कम किती, हे जाणून घ्यायचं असेल तर आपण बँकेच्या क्रमांकावर फोन केल्यानंतर एखाद्या माणसानं आपला फोन उचलण्याऐवजी कृत्रिम बुद्धिमत्तेवर आधारित असलेली 'स्पीच रेकग्निशन' यंत्रणा तो फोन उचलेल. आपलं बोलणं समजून घेण्याचा ती प्रयत्न करेल. आपल्या प्रश्नाचं उत्तर मिळवण्यासाठी ती संबंधित संगणकीय यंत्रणेशी संपर्क साधेल. योग्य ते उत्तर ती आपल्याला तोंडी सांगेल. म्हणजेच आपलं बोलणं तर ती समजून घेईलच; पण शिवाय ती संगणकानं दिलेलं उत्तर माणसासारख्या आवाजात आपल्यापर्यंत पोहोचवेल (नॅचरल लँग्वेज जनरेशन).

थोडक्यात काय; तर आपलं बोलणं समजून घेण्याला कृत्रिम बुद्धिमत्तेच्या भाषेत 'स्पीच रेकग्निशन' असं म्हणतात; तर संगणकानं पुरवलेल्या माहितीचं रूपांतर

आपल्याला म्हणजेच माणसांना समजेल अशा भाषेत करण्याला 'नॅचरल लँग्वेज जनरेशन' असं म्हणतात.

आभासी मदतनीस (व्हर्च्युअल एजंट)

माणसाशी माणसासारखा संपर्क साधू शकणारी कृत्रिम बुद्धिमत्तेची यंत्रणा म्हणजे आभासी मदतनीस किंवा 'व्हर्च्युअल एजंट'. याचं सगळ्यात प्रसिद्ध रूप म्हणजे 'चॅटबॉट' असतं याचा उल्लेख इतरत्र आलाच आहे. अनेक बँका आणि इतर कंपन्या आता असे चॅटबॉट्स वापरतात. त्यांच्या ग्राहकांना पडत असलेले नेहमीचे प्रश्न सोडवण्यासाठी या चॅटबॉट्सचा उपयोग होतो. त्यासाठी ग्राहकसेवा विभागातल्या कर्मचाऱ्यांपर्यंत जाण्याची गरज यामुळे निघून जाते. अगदी क्लिष्ट किंवा नेहमीच्या प्रश्नांपेक्षा वेगळ्या प्रकारचे प्रश्न हाताळण्यासाठीच मानवी ग्राहकसेवेची गरज भासते.

बायोमेट्रिक्स

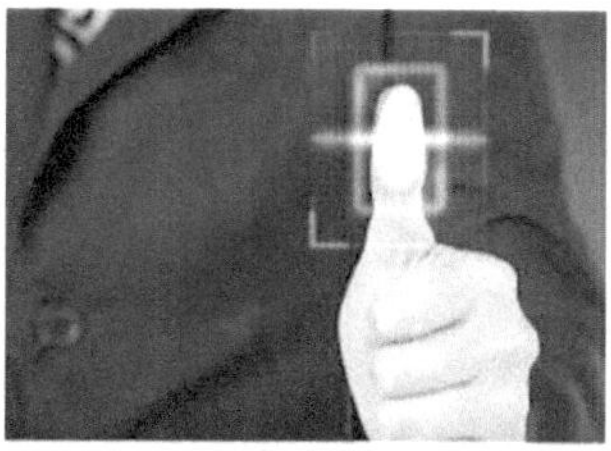

माणसाचं शरीर आणि त्याची वागणूक या संदर्भातल्या अनेक गोष्टींचं परीक्षण करण्यासाठी 'बायोमेट्रिक्स' तंत्रज्ञानाचा वापर केला जातो. आपण भारतात आधार कार्डांच्या संदर्भात हा शब्द कदाचित ऐकला असेल. आपल्या हाताच्या बोटांचे ठसे तसंच आपल्या डोळ्याच्या बाहुलीची प्रतिमा यांचा वापर करून आपली ओळख पटवण्याचं तंत्रज्ञान 'आधार'मध्ये आहे. हे बायोमेट्रिक्सच झालं. आता कृत्रिम बुद्धिमत्तेची याला जोड देऊन स्पर्श, प्रतिमा, बोलणं, शारीरिक हालचाली अशा अनेक गोष्टींच्या संदर्भात नव्या प्रकारची कामं करण्याकडे कंपन्यांचा कल आहे. उदाहरणार्थ, विमानतळावर एखादा माणूस संशयी वाटतील अशा प्रकारच्या हालचाली करत असेल तर कृत्रिम बुद्धिमत्तेचं सॉफ्टवेअर ते संबंधित अधिकाऱ्यांच्या लक्षात आणून देऊ शकतं. याचं कारण म्हणजे नेमक्या कोणत्या प्रकारच्या शारीरिक हालचाली संशयास्पद असतात याची माहिती आधी या यंत्रणेच्या माहितीच्या साठ्यामध्ये भरलेली असते. आता विमानतळामध्ये असलेल्या लोकांच्या हालचाली सातत्यानं कॅमेऱ्यामध्ये टिपून त्या आधी साठवलेल्या संशयास्पद हालचालींशी ताडल्या जातात. त्यातून कोण संशयास्पद वाटतं आहे हे समजू शकतं.

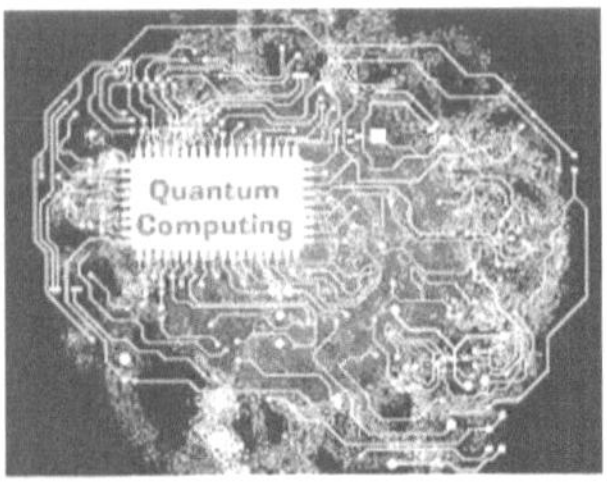

क्वांटम कम्प्युटिंग

संगणक क्षेत्रामधली नजीकच्या भविष्यात होऊ घातलेली अत्यंत उत्कंठावर्धक घडामोड 'क्वांटम कम्प्युटिंग' म्हणून ओळखली जाते. थोडक्यात सांगायचं तर सध्याचे संगणक ज्या क्षमतेनं काम करतात, त्याहून कैकपटींनी जास्त क्षमतेनं भविष्यात काम करतील. याचाच अर्थ सध्याच्या वेगाच्या अनेक पट जास्त वेगानं काम करणं आणि खूप प्रचंड प्रमाणात माहितीचं पृथक्करण करणं त्यांना शक्य होईल. यामागे 'क्वांटम फिजिक्स'चं विज्ञान आहे. असे संगणक एका क्षणात कोट्यवधी हिशेब करणं किंवा क्लिष्ट माहिती हुडकून तिचा अर्थ लावणं वगैरे गोष्टी करू शकतील. साहजिकच या तंत्रज्ञानाला कृत्रिम बुद्धिमत्तेची साथ मिळाली तर कल्पनेपलीकडच्या गोष्टी घडू शकतील.

सध्याच्या आकडेवारीनुसार जगभरात इंटरनेट, सोशल मीडिया, इमेल इत्यादी गोष्टींच्या वापरातून तयार होत असलेल्या माहितीच्या साठ्याचं प्रमाण किती असावं? साधारणपणे ५० लाख लॅपटॉप्सची सगळी क्षमता वापरली तर जेवढी माहिती त्यांच्यामध्ये मावेल तेवढी! दररोज सुमारे ३२० कोटी लोक जगभरातून दर मिनिटाला ३४,७२२ ट्विट्स करतात आणि फेसबुकवर ४२ लाख 'लाईक्स' देतात. फोटो, व्हीडिओ वगैरे तर वेगळंच! या दरानं लोकांचा संगणक आणि इंटरनेट यांचा होत असलेला आणि वाढत चाललेला वापर बघता लवकरच आपल्या सध्याच्या संगणकांची क्षमता अपुरी पडणार हे नक्की. म्हणूनच गुगलकडे एक क्वांटम कम्प्युटर आहे असं म्हणतात. या संगणकाची क्षमता आपल्या सर्वसाधारण संगणकाच्या तब्बल १० कोटी पट जास्त आहे असं सांगितलं जातं! साहजिकच कृत्रिम बुद्धिमत्ता आणि खास करून मशिन लर्निंग या तंत्रज्ञानाचा वेग किती वाढेल, याचा आपण अंदाज बांधू शकतो. एखाद्या माणसाच्या गुंतवणुकीसाठीच्या सल्ल्यापासून या क्षणी रस्त्यावरून जाताना निरनिराळ्या पर्यायी मार्गांपैकी नक्की कुठला मार्ग निवडावा, इथपर्यंत; तसंच एखाद्या रुग्णासाठी नेमका कुठला उपचार करावा, यासाठी प्रचंड मदत होऊ शकेल. ही अगदी मोजकी उदाहरणं झाली. जवळपास प्रत्येक गोष्टीमध्ये क्वांटम कम्प्युटिंग आणि कृत्रिम बुद्धिमत्ता यांचं एकत्रीकरण नुसता धुमाकूळच घालेल.

भविष्यातली युद्धं

काही महिन्यांपूर्वी रशियन राष्ट्रपती व्लादिमिर पुतिननं केलेलं एक विधान असं होतं :

> *कृत्रिम बुद्धिमत्ता हे फक्त रशियाचंच नव्हे; तर जगाचंसुद्धा भविष्य आहे ... जो या क्षेत्रात आघाडी घेईल तो जगावर राज्य करेल ...*

कृत्रिम बुद्धिमत्तेचा वापर युद्धांमध्ये ३ प्रकारे केला जाऊ शकतो असं तज्ज्ञ म्हणतात : (१) यांत्रिकीकरण आणि सुधारणा यांच्याद्वारे प्रगती साधणं, (२) मानवी कामांचं यांत्रिकीकरण करणं आणि (३) उपलब्ध माहितीचा चतुराईनं वापर करून सैनिकांच्या वर्तनात बदल घडवणं.

लष्करालाच कृत्रिम बुद्धिमत्तेच्या तंत्रज्ञानाचा वापर करून आपल्या कामात सुधारणा करता येतील असं नाही. याचं ठळक उदाहरण म्हणजे गुगल कंपनीमध्ये वापरलं जाणारं 'डीप माईंड'चं तंत्रज्ञान. यामुळे २०१६ मध्ये गुगलनं आपल्या महाअजस्त्र संगणकीय पसाऱ्याचं तापमान नियंत्रित ठेवण्यासाठी होत असलेला खर्च तब्बल ४० टक्के घटवला! यावरून लष्कराला अशा प्रकारे आपल्या खर्चात किती बचत करता येईल, याचा आपण अंदाज बांधू शकतो. याखेरीज 'बिग डाटा' आणि 'बिझिनेस इंटेलिजन्स' या तंत्रज्ञानांचा वापर कृत्रिम बुद्धिमत्तेच्या जोडीनं करून शत्रूच्या नेमक्या कोणत्या ठिकाणांवर हल्ला करायचा आहे, कुठे मानवी वस्ती जास्त आहे, कोणती ठिकाणं टाळली पाहिजेत, कुठल्या क्षमतेचा हल्ला कुठे केला पाहिजे हे लष्करी अधिकारी ठरवू शकतात. साहजिकच त्यांचं आक्रमण जास्त अचूक, कमी मनुष्यहानी करणारं आणि कमी खर्चीक होऊ शकेल.

अनेक अभ्यासक यंत्रमानवांना युद्धशास्त्रामधली 'तिसरी क्रांती' म्हणतात. या आधी पहिली क्रांती दारूगोळा आणि दुसरी क्रांती अणुबॉम्ब यांच्या रूपानं घडली असं मानलं जातं. अर्थातच यातून प्रचंड धोकेही संभवतात. चुकून किंवा हॅक

लष्करालाच कृत्रिम बुद्धिमत्तेच्या तंत्रज्ञानाचा वापर करून आपल्या कामात सुधारणा करता येतील असं नाही. याचं ठळक उदाहरण म्हणजे गुगल कंपनीमध्ये वापरलं जाणारं 'डीप माईंड'चं तंत्रज्ञान. यामुळे २०१६ मध्ये गुगलनं आपल्या महाअजस्त्र संगणकीय पसाऱ्याचं तापमान नियंत्रित ठेवण्यासाठी होत असलेला खर्च तब्बल ४० टक्के घटवला! यावरून लष्कराला अशा प्रकारे आपल्या खर्चात किती बचत करता येईल, याचा आपण अंदाज बांधू शकतो.

झाल्यामुळे एखाद्या यंत्रमानवानं किंवा स्वयंचलित यंत्रणेनं चुकीचं पाऊल उचललं तर त्यातून काय भयंकर प्रकार घडू शकतील याची कल्पनाही करवत नाही. यंत्रमानवांनी चालवण्याजोग्या लष्करी यंत्रणा आता काही देश उभ्या करताना दिसतात. उदाहरणार्थ, रशियानं 'नेऱ्हेता' नावाचा यंत्रमानवी रणगाडा तयार केला आहे. इतिहासात गाजलेल्या 'कलाश्निकॉव्ह' या बंदुका तयार करणाऱ्या रशियन कंपनीनं आता पूर्णपणे स्वयंचलित असलेली बंदूक तयार केली आहे. ही बंदूक आपल्या लक्ष्याचा अचूक वेध घेण्यासाठी मानवी दृष्टीवर अवलंबून न राहता 'न्यूरल नेटवर्क्स'वर म्हणजेच कृत्रिम बुद्धिमत्तेवर अवलंबून असते. अमेरिका, चीन इत्यादी देशसुद्धा अशा प्रकारच्या यंत्रणा तयार करत असल्याच्या बातम्या आहेत. इंग्लंडमध्ये 'तॅरॅनिस' नावाचं कृत्रिम बुद्धिमत्तेवर आधरित असलेलं लष्करी विमान तयार केलं जात आहे. हे विमान रडार यंत्रणा आणि लक्ष्य टिपणाऱ्या इतर यंत्रणा चुकवून प्रवास करू शकतं. इस्रायलची 'आयर्न डोम' यंत्रणा स्वसंरक्षणासाठी वापरली जाते.

•••

१२. 'सोफिया'च्या निमित्तानं...

सौदी अरेबियाला आधुनिक तंत्रज्ञानाचं महत्त्व ठाऊक आहे. आता फक्त तेलाच्या जोरावर इतर देशांकडून आपल्याला हवं ते मिळू शकणार नाही, हे सौदी राजवटीला कळून चुकलं आहे. त्यामुळे साहजिकच रोबोटिक्स, आर्टिफिशियल इंटेलिजन्स यासारखे तंत्रज्ञान सौदी अरेबियामध्ये विकसित व्हावं यासाठी ते प्रयत्नशील आहेत. मात्र त्यांची जुनाट विचारसरणी जगाला माहीत असल्यामुळे अशा आधुनिक तंत्रज्ञानाचं काम सौदी भूमीवर हाती घेण्यासाठी किती कंपन्या उत्सुक असतील, याची तिथल्या राजवटीला खात्री नाही. जगभरातल्या उत्तमोत्तम कंपन्यांनी सौदी अरेबियामध्ये या तंत्रज्ञानाच्या निमित्तानं गुंतवणूक करावी; तसंच आपल्या प्रतिमेतही बदल घडावेत अशा दुहेरी हेतूनं सौदी अरेबियानं सोफियाला नागरिकत्व देण्यासंबंधीचा काहीसा संभ्रमात टाकणारा निर्णय जाहीर केला असावा.

'यंत्रमानव' या शब्दातच लिंगनिरपेक्षता अभिप्रेत आहे. यंत्रमानव ही संकल्पना तशी आपल्यासाठी नवी नाही. पूर्वी विज्ञानकथा आणि पाश्चिमात्य चित्रपट या माध्यमांतून यंत्रमानव आपल्यासमोर अधूनमधून आलेले आहेत. आता मात्र यंत्रमानवांनी आपलं आयुष्य खरोखरच खूप मोठ्या प्रमाणावर व्यापायला सुरुवात केली आहे. या पार्श्वभूमीवर सौदी अरेबियानं 'सोफिया' या 'स्त्रीलिंगी' यंत्रमानवाला नागरिकत्व देण्याची घोषणा केल्यामुळे मोठी खळबळ माजली आहे. माणूस आणि यंत्रमानव यांच्यामधले फरक पुसट होत चालले असताना सौदी अरेबियानं एकीकडे स्त्रियांना दुय्यम वागणूक देण्याचं आपलं जुनाट धोरण कायम राखताना सोफियाला

पायघड्या घालून आपल्या देशात कशाला मिरवू द्यायचं असा प्रश्न अनेक जणांनी उपस्थित केला आहे.

अजूनही स्त्रियांना सौदी अरेबियामध्ये बुरखा घालून वावरावं लागतं. अगदी अलीकडे स्त्रिया फुटबॉलचे सामने स्टेडियममध्ये जाऊन बघणं, वाहन चालवणं अशा अगदी सर्वसामान्य गोष्टी करू शकतील अशी धोरणं सौदी अरेबियानं जाहीर केली आहेत. यामागे तेलाचं सौदी साम्राज्य अनेक कारणांनी धोक्यात येण्याचा मुद्दाही आहेच. कधी नव्हे ते सौदी अरेबियाला आर्थिक प्रश्न, बेकारी अशा समस्या भेडसावण्याची दाट चिन्हं दिसायला लागली आहेत. साहजिकच सौदी राजवटीच्या विरोधातलं मत चळवळींमध्ये बदलू नये यासाठीचे प्रयत्न सुरू झाले आहेत. याचाच एक भाग म्हणजे स्त्रियांना दिली जाणारी घृणास्पद वागणूक बदलून त्यांना जरा मानाचं स्थान देणं हा असू शकतो. गंमत म्हणजे सौदी अरेबियामध्ये असलेल्या फक्त स्थानिक स्त्रीलाच नव्हे तर इतर कुठूनही आलेल्या स्त्रीला बुरखा घालावाच लागतो. म्हणूनच ट्विटरवर काही जणांनी खवचटपणे 'या सोफियाचा बुरखा कुठे आहे?' असा सौदी राजवटीला निरुत्तर करणारा प्रश्न विचारला आहे. दुसऱ्या एका स्त्रीनं 'फक्त विदेशी आणि यंत्रमानव प्रकारच्याच स्त्रीला सौदी अरेबियामध्ये पूर्ण स्वातंत्र्य दिलं जातं' असं म्हटलं आहे.

सौदी अरेबियामध्ये स्त्रियांना सोबत पुरुष असल्याशिवाय प्रवास करायलाही परवानगी नसते. स्वतःवर अत्यंत कडक बंधनं घालूनच त्या घराबाहेर पडू शकतात. या संदर्भातले कोणतेही कायदे मोडले तर स्त्रियांना चाबकाच्या फटक्यांसह दंड, तुरुंगवास अशा भयानक शिक्षांना तोंड द्यावं लागतं. एकीकडे अमेरिकेच्या साथीनं 'जुनाट इस्लामी प्रथा' पाळणाऱ्या कट्टरवादी देशांशी सौदी अरेबिया वरवर लढतो खरा; पण दुसरीकडे आपल्या देशात अतिकट्टर आणि पूर्णपणे कालबाह्य झालेली स्त्रीद्वेष्टी धोरणं मात्र तो राबवतो. सोफियाच्या आगमनामुळे सौदी अरेबियाची नेमकी हीच पंचाईत झाली आहे. अचानकपणे सौदी अरेबिया उदारमतवादी झाला असल्याचा मुखवटा धारण करत असल्याविषयी लोकांनी या देशाची यथेच्छ खिल्ली उडवली आहे. सौदी अरेबियाचा दुटप्पीपणा या निमित्तानं नव्यानं जगासमोर आला आहे.

सौदी अरेबियाला आधुनिक तंत्रज्ञानाचं महत्त्व ठाऊक आहे. आपण आता फक्त तेलाच्या जोरावर इतर देशांकडून आपल्याला हवं ते मिळवू शकणार नाही, हे सौदी राजवटीला कळून चुकलं आहे. साहजिकच रोबोटिक्स, आर्टिफिशियल इंटेलिजन्स यासारख्या तंत्रज्ञानाचा आपण फक्त स्वीकार करून भागणार नाही; तर

हे तंत्रज्ञान सौदी अरेबियामध्ये विकसित व्हावं यासाठीचे प्रयत्न सुरू आहेत. आपली जुनाट विचारसरणी सगळ्या जगाला माहीत असल्यामुळे अशा आधुनिक तंत्रज्ञानाचं काम सौदी भूमीवर हाती घेण्यासाठी किती कंपन्या उत्सुक असतील, याची सौदी राजवटीला खात्री नाही. जगभरातल्या उत्तमोत्तम कंपन्यांनी सौदी अरेबियामध्ये या तंत्रज्ञानाच्या निमित्तानं गुंतवणूक करावी; तसंच आपल्या प्रतिमेतही बदल घडावेत अशा दुहेरी हेतूनं सौदी अरेबियानं सोफियाला नागरिकत्व देण्यासंबंधीचा काहीसा संभ्रमात टाकणारा निर्णय जाहीर केला असावा.

यातली खरी गंमत तर पुढेच आहे. सौदी अरेबियानं स्त्रियांवर नुसती बंधनं घातलेली आहेत असं नाही; तर मुळात स्त्रिया निर्बुद्ध असतात, त्यांना पुरुषांच्या आधाराविना जगणं शक्य नसतं, त्यांना बंधनात अडकवणं गरजेचं असतं अशा चीड आणणाऱ्या संकल्पनांवर आधारित असलेली धोरणं हा देश राबवतो. उदाहरणार्थ, कुठल्याही स्त्रीला पासपोर्ट मिळावा का, तिला इतर देशांमध्ये प्रवास करण्याची परवानगी असावी का, तिचं लग्न कधी आणि कुणाशी व्हावं हे सगळे निर्णय पुरुषच घेतात. सौदी अरेबियामध्ये एकट्या राहणाऱ्या स्त्रीनं स्वतंत्रपणे एखादी नोकरी शोधावी किंवा भाड्यानं मिळणाऱ्या घरात एकट्यानं राहावं अशा गोष्टी जवळपास अशक्य आहेत. आजच्या जगात हास्यास्पद वाटाव्यात अशा या गोष्टी सगळ्यांना खटकत असूनही सौदी अरेबिया त्याविषयी काहीच करत नाही. म्हणूनच 'फ्रीडम हाउस' या स्वायत्त संस्थेच्या अहवालानुसार नागरिकांना दिले जाणारे हक्क डावलणाऱ्या देशांच्या यादीत सौदी अरेबियाचा क्रमांक वरून दहावा येतो!

आता अशी परिस्थिती असलेल्या देशामध्ये 'स्त्रीलिंगी' यंत्रमानवानं नक्की काय करणं योग्य आहे आणि काय करणं नियमबाह्य आहे हे कसं ठरवायचं? जपानमध्ये जवळपास मानवी वाटाव्यात अशा प्रकारच्या 'स्त्रीलिंगी' यंत्रमानवांचा

'स्त्रीलिंगी' यंत्रमानवानं नक्की काय करणं योग्य आहे आणि काय करणं नियमबाह्य आहे हे कसं ठरवायचं? जपानमध्ये जवळपास मानवी वाटाव्यात अशा प्रकारच्या 'स्त्रीलिंगी' यंत्रमानवांचा वापर पुरुष आपल्या जोडीदारांसारखा खूप मोठ्या प्रमाणावर करतात. तिथल्या सामाजिक परिस्थितीमुळे हे घडत असल्यामुळे स्त्री-पुरुष संबंध भविष्यात नक्की कसे असतील, याविषयी अत्यंत गंभीर चर्चा तिथे सुरू आहे. भावनिक ते शारीरिक अशा सगळ्या गरजा पुरुष इथून पुढे हाडामांसाच्या जोडीदारांऐवजी या यांत्रिक जोडीदारांकडूनच भागवून घेतील, अशी भीती व्यक्त केली जाते.

वापर पुरुष आपल्या जोडीदारांसारखा खूप मोठ्या प्रमाणावर करतात. तिथल्या सामाजिक परिस्थितीमुळे हे घडत असल्यामुळे स्त्री-पुरुष संबंध भविष्यात नक्की कसे असतील, याविषयी अत्यंत गंभीर चर्चा तिथे सुरू आहे. भावनिक ते शारीरिक अशा सगळ्या गरजा पुरुष इथून पुढे हाडामांसाच्या जोडीदारांऐवजी या यांत्रिक जोडीदारांकडूनच भागवून घेतील, अशी भीती व्यक्त केली जाते. चक्रावून सोडणारा हा प्रकार सौदी अरेबियामध्ये कशावरून घडणार नाही? आधीच दुय्यम असलेल्या स्त्रियांना अशा परिस्थितीत काय भोगावं लागेल?

स्त्री-पुरुष संबंध आणि स्त्रियांना दिली जाणारी दुय्यम वागणूक हा अनेक शतकांपासून चालत आलेला प्रश्न यंत्रमानवांच्या आगमनामुळे सुटणं तर दूरच; पण उलट आणखी क्लिष्ट होत जाणार, अशी विचित्र भीती या निमित्तानं पुढे आली आहे. आपल्याकडेही या प्रश्नांविषयी गांभीर्यानं विचारमंथन होणं म्हणूनच अत्यंत गरजेचं आहे!

●●●

संदर्भ-सूची

क्रमांक	पुस्तक/वेब साईट/संदर्भ	लेखक	प्रकाशक
१	The Quest for Artificial Intelligence	Nils J Nilsson	Cambridge University Press
२	The Brain Makers	HP Newquist	The Relayer Group
३	Artificial Intelligence	Blay Whitby	Oneworld Publications
४	The Robotics Primer	Maja J Mataric	The MIT Press
५	Artificial Intelligence	Lasse Rouhiainen	NA
६	Machines That Think	New Scientist	New Scientist
७	The Rise of the Robots	Martin Ford	OneWorld
८	Alan Turing: The Enigma	Andrew Hodges	Vintage Books
९	Introducing Artificial Intelligence	Henry Brighton and Howard Selina	Icon Books, UK
१०	Portraits in Silicon	Robert Slater	The MIT Press
११	Machinery of the Mind	George Johnson	Tempus
१२	Future Crimes	Marc Goodman	Bantam Press
१३	The New Alchemists	Dirk Hanson	Avon
१४	The Industries of the Future	Alec Ross	Simon and Schuster
१५	https://codeburst.io/a-i-in-movies-hollywood-and-the-other-6bb5920cfb93	Yorgo Lee	--

१६	https://blog.adext.com/en/artificial-intelligence-technologies-2018	Natalia Maynez C	
१७	https://www.forbes.com/sites/bernardmarr/2017/09/05/how-quantum-computers-will-revolutionize-artificial-intelligence-machine-learning-and-big-data/#64f212685609	Bernard Marr	--
१८	http://thehill.com/opinion/technology/380472-artificial-intelligence-is-rapidly-transforming-the-art-of-war	Shay Hershkovitz	--
१९	https://www.theguardian.com/technology/2018/apr/09/killer-robots-pressure-builds-for-ban-as-governments-meet	--	--

लेखक परिचय

श्री. अतुल कहाते

akahate@gmail.com

- बीएस्सी (स्टॅटिस्टिक्स), एमबीए
- माहिती तंत्रज्ञान क्षेत्रात सुमारे १८ वर्षांचा अनुभव – सिंटेल, अमेरिकन एक्सप्रेस, डॉयचे बँक, एलअँडटी इन्फोटेक आणि आयफ्लेक्स सोल्युशन्स (आता ओरॅकल) इथे विविध प्रकारच्या जबाबदाऱ्या सांभाळल्या
- आयफ्लेक्स सोल्युशन्स (आता ओरॅकल) इथे कन्सल्टिंग प्रॅक्टिस डायरेक्टर म्हणून १२ वर्षे काम
- सिंबायोसिस तसेच पुणे विद्यापीठ इथल्या अनेक कॉलेजेसमध्ये व्हिजिटिंग लेक्चरर म्हणून १५ वर्षांचा अनुभव
- जवळपास ६० पुस्तकांचे लिखाण – इंग्रजीमध्ये २९ आणि उरलेली मराठी – संगणकक्षेत्रातल्या विद्यार्थ्यांसाठी तसेच प्रोफेशनल्ससाठी नेटवर्क सिक्युरिटी, वेब टेक्नॉलॉजी, ऑपरेटिंग सिस्टिम्स, डेटाबेस मॅनेजमेंट, डेटा कम्युनिकेशन्स, सी प्लस प्लस अशा अनेक पाठ्यपुस्तकांचे लिखाण,

अनेक पुस्तके भारतामधल्या तसेच काही परदेशांमधल्या जवळपास ५० विद्यापीठांमध्ये पाठ्यपुस्तक म्हणून वापरली जातात, दोन पुस्तकांचा चिनी भाषेत अनुवाद

- 'क्रिप्टोग्राफी अँड नेटवर्क सिक्युरिटी' या पुस्तकाच्या सव्वा लाखाहून अधिक प्रतींची विक्री
- मराठीमध्ये इतिहास, अर्थशास्त्र, वैद्यकशास्त्र, राजकारण, विज्ञान, तंत्रज्ञान, चरित्र, क्रिकेट अशा वेगवेगळ्या विषयांवरची पुस्तके
- 'ग्रंथकार पुरस्कार', 'स्वातंत्र्यवीर सावरकर पुरस्कार', 'महाराष्ट्र राज्य शासनातर्फे अर्थशास्त्रविषयक लिखाणासाठी 'चिंतामणराव देशमुख पुरस्कार'; तर संगणकक्षेत्रामधल्या कामासाठी 'इंद्रधनू-महाराष्ट्र टाईम्स पुरस्कार', 'कम्प्युटर सोसायटी ऑफ इंडिया अॅवार्ड फॉर आयटी एज्युकेशन अँड लिटरसी', 'इंदिरा एक्सलन्स अॅवार्ड', 'सर्व्हिस एक्सलन्स अॅवार्ड', 'जी आर फौंडेशन अॅवॉर्ड' असे अनेक पुरस्कार
- अनेक मान्यवर वर्तमानपत्रांमध्ये नियमित लेखन तसेच सगळ्या मराठी टीव्ही चॅनेल्सवर अनेक कार्यक्रम
- क्रिकेटच्या आंतरराष्ट्रीय सामन्यांमध्ये स्कोअरर आणि आकडेवारीतज्ज्ञ म्हणून काम करण्याचा अनुभव
- सकाळ प्रकाशनातर्फे 'बिटकॉइन, आभासी चलनाची अद्‌भुत दुनिया' व 'उत्तर कोरिया, जगाला पडलेलं एक कोडं' ही पुस्तके प्रकाशित

www.ingramcontent.com/pod-product-compliance
Lightning Source LLC
LaVergne TN
LVHW040746051026
849519LV00007BA/2456
9789387408500